முப்பரிமாணம்

முரளி

Qurate
quratebooks.com

முப்பரிமாணம்

முதல் பதிப்பு: **2025**

குரேட் புக்ஸ் பிரைவேட். லிமிடெட்
14, அக்ரான் வாட்டர்விஸ்டா, கரோனா
வி.பி. அல்டோனா, வடக்கு கோவா
கோவா 403523, இந்தியா
www.qouratebooks.com

ISBN: 978-93-58983-07-4

சமர்ப்பணம்

அனைத்து அன்னைகளுக்கும், பெறாமலேயே சிறந்த தாயாக முடியும் என்று நிரூபித்துக் கொண்டிருக்கும் பல நல்ல உள்ளங்களுக்கு என் சிறு காணிக்கை

பொருளடக்கம்

* * *

மதுரை மல்லி

மதுரைக்கு பயணிக்க மார்ட்டினும் சாராவும் பாரிஸிலிருந்து ஏர்-பிரான்ஸ் விமானத்தில் சென்னைவந்திறங்கி, விமான நிலையத்திற்கு அருகிலேயே இருக்கும் ராடிசன் ஓட்டலில் அன்றிரவுக்கு மட்டும் அறை எடுத்து தங்கினார்கள். பத்து மணிக்கு மேலான விமான பயணத்தால் இருவரும் மிகவும் களைப்படைந்திருந்தனர். விமான நிலையத்திலிருந்து வெளியில் வரும்போது மாலை ஆறு மணிக்கு மேலாகியது. அந்த ஓட்டல் அருகிலேயே இருந்ததால் அரைமணியில் வந்திறங்கி நேராக தூங்கச் சென்றவர்கள்தான், காலை ஐந்து மணிக்கு எழுப்புமாறு ஓட்டல் சிப்பந்தியிடம் சொல்லிவிட்டு அப்படியே இரவு உணவு கூட சாப்பிடாமல் தூங்கி விட்டனர். மறுநாள் காலை இண்டிகோ விமானம் மூலம் சென்னையிலிருந்து அவர்கள் ஒரு மணி நேர பயணத்தில் மதுரை விமான நிலையத்தை அடைந்தனர். நீலகண்டன் அவர்களுக்காக விமான நிலையத்தின் வாயிலில் காத்துக்கொண்டிருந்தான். இந்த பிரெஞ்சு தம்பதிகளை கண்டுபிடிப்பதற்கு அதிக நேரம் எடுத்துக்கொள்ளவில்லை. தென்னிந்தியாவிலேயே மிகவும் புகழ்பெற்ற நகரமான மதுரையைப் பற்றி நன்றாக

படித்து அதன் பழம்பெரும் சிறப்புகளையும் ஒவ்வொன்றாக நினைவு வைத்துக்கொண்டு எப்படியாவது அங்கு ஒரு பத்துநாட்களாவது தங்கி எல்லா இடங்களையும் சுற்றிப்-பார்த்து விட வேண்டுமென்று மார்ட்டினைவிட சாராவே ஒரு குறியாக இருந்தாள். சாதாரண சுற்றுலாப் பயணிகளாக மட்டுமல்லாது, முக்கியமாக இரண்டு காரணங்-களுக்காகவும் இருந்தது அந்த திட்டமிட்ட பயணம். மார்ட்டினும் சாராவும் பிரான்ஸ் நாட்டிலேயே மிகவும் புகழ் பெற்ற வாசனை திரவியம் தயாரிக்கும் ஒரு பெரிய நிறுவனமான “கிறிஸ்டியன்-டியர்” என்ற கம்பெனியில் உயர் பதவியிலிருப்பவர்கள். படிப்படியாக கீழ்மட்ட ஊழியர்களாக இருந்து முன்னேற்றம் அடைந்து இப்போது கம்பெனி-யிலேயே மிகவும் செல்வாக்கு மிகுந்த உயர்பதவியில் இயக்குனர்களாக இருக்கின்றனர்.

கிறிஸ்டியன்-டியர் வாசனை திரவியத்தை தெரியாத-வர்கள் யார் இருக்கின்றனர். நியூயார்க், லண்டன், பாரிஸ் என்று மூன்று நகரங்களின் பெயர்களும் அந்த குப்பிகளிலும் மூடி வைத்திருக்கும் பெட்டியிலும் எழுதியிருந்தாலும் அந்த மூலதன ரசாயன கலவைகள் தயாரிப்பது பாரிஸில் மட்டுமே! மற்ற இரு நகரங்களிலும் விற்பனை தான் அதிகம். அந்த வாசனை திரவிய பாட்டில்களில் தான் எத்தனை வகைகள். பலதரப்பட்ட மலர்களின் நறுமணமும், சந்தனம், ரோஸ்வுட் போன்ற வாசனைப் பொருட்களின் மணங்களும் ஒரு சீரான விகிதாசாரத்தில் கலந்து பல பரிசோதனைகளுக்குப் பிறகு விற்பனைக்கு வரும் வாசனைத் திரவியங்கள், உலக அளவில்

ஒரு பெரிய நற்பெயரையே பெற்றிருந்தன. விலையும் அதற்கேற்றாற்போல் அதிகமாகத்தான் இருந்தது. சாரா புராதன மதுரையைப் பற்றி படித்ததோடல்லாமல் அந்த நகரின் பெருமைகளை விவரித்து ஆராய்ச்சி செய்து ஒரு டாக்டர் பட்டமே வாங்கியிருக்கிறாள். மதுரையைப் பற்றி நமக்கு தெரியாத பல விஷயங்கள் சாராவுக்கு அத்துபடி! மதுரை மாவட்டத்தில் அதிக அளவு பயிராக்கப்படும் மல்லிகை மலர்களை கிறிஸ்டியன்டியர் வாசனை திரவியத்தில் ஒரு முக்கிய மூலப் பொருளாக உபயோகிக்கிறார்கள் என்பது தெரியாத நம்மில் பலருக்கு ஆச்சரியத்தையே கொடுக்கும்.

மதுரையிலும், சுற்றியுள்ள சிறிய நகர்களிலும் மல்லிகைத்தோட்டங்கள் வியாபார ரீதியில் பயிரிடப்பட்டு பெரும்பாலும் பெண்களின் கூந்தலிலும், கடவுள்களுக்கு மாலையாக அணிவிப்பதற்குமே பயன்படுத்தப்பட்டு வந்தது. பல வருடங்களுக்கு முன்பிருந்தே நம் சாரா போன்ற ஆராய்ச்சியாளர்களால், மதுரை மல்லி பதனிடப்-படுத்தப்பட்டு விமானம் மூலம் வெளிநாடுகளுக்கும் ஏற்றுமதியாகிக் கொண்டுதான் வருகிறது. அதற்காகவே அதிகாலையில் குளிர்சாதன பெட்டிகளில் அடைக்கப்பட்டு விமானம் மூலம் சென்னைக்கு அனுப்பப்பட்டு பாரிஸ், லண்டன், கோலாலம்பூர், சிங்கப்பூர் என்று நான்கு நகரங்களுக்கு நேரடி விமானங்களில் இன்றும் சென்று கொண்டுதான் இருக்கிறது. தென்னிந்திய கடவுள்களின் கோவில்கள் அதிக அளவில் இந்த நகரங்களில்

இருப்பதோடல்லாமல், வாசனை திரவியம் தயாரிப்பதற்கும் நம் மதுரைநகரமல்லிகையே உதவி வருகிறது.

மார்ட்டினும் சாராவும் மதுரைக்கு அருகிலிருந்த திருப்பரங்குன்றம் என்னும் முருகனுடைய அறுபடை வீடுகளில் ஒன்றில் இரண்டு நாட்கள் தங்கி அந்த குடிசைத் தொழில் கூட்டுறவு சங்க அதிகாரிகளை சந்தித்து ஏற்றுமதியை அதிகமாக்குவதற்கும், உற்பத்தியை பெருக்குவதற்குமான வழிமுறைகளையும், செடிகளை பாதுகாப்பதற்கான நவீன முறைகளையும் எடுத்துச் சொல்வதற்காக முகாமிட்டனர். எல்லா காலங்களிலும் ஒரே சீராக ஏற்றுமதியை செய்ய வேண்டுமென்பதற்காக கணிசமான தொகையை முன்னதாகவே கொடுத்தும், நல்லமுறையில் செய்து கொண்டு வந்தால், அடுத்த ஆண்டிலிருந்து கொள் முதல் விலையை இரண்டு மடங்காக உயர்த்துவதாகவும் வாக்களித்து விட்டு நகர்ந்தனர். வந்த வேலைகளில் முக்கியமான ஒன்றான மல்லிகை ஏற்றுமதி வியாபாரத்தை தங்கள் திருப்திக்கு ஏற்ற முறையில் முடித்த மகிழ்ச்சியுடன், நீலகண்டனுடன் திரும்பவும் மதுரைக்கு காரில் பயணித்தனர்.

திருமணமாகி பதினைந்து ஆண்டுகள் ஆகியும் மார்ட்டின்-சாராதம்பதிக்கு குழந்தை பாக்கியம் இல்லை. வேண்டாத தெய்வம் இல்லை. அடிக்கடி வாடிகனுக்கு போய் வந்ததாக கேள்வி. முடிவில் இந்தியாவிற்கு போகும் போது அங்கிருந்து ஒரு ஆரோக்கியமான குழந்தையை தத்து எடுத்துக்கொண்டு வளர்க்க வேண்டுமென்ற ஆசை. இம்முறை இதையும் செயலாக்க வேண்டுமென்ற

ஆவலில் இருவரும் எல்லா ஏற்பாடுகளும் செய்து கொண்டு வந்திருந்தனர். கோவிலுக்கு அருகாமையில் இருந்த ஒரு நல்ல ஓட்டலில் தங்குவதற்கான ஏற்பாடுகள் ஏற்கனவே செய்தாகிவிட்டதால், 10 நாட்களுக்கும் கவலையில்லை. தமிழ்நாட்டின் பல கோவில்களின் பழக்க வழக்கங்களையும் நடைமுறைகளையும் தெரிந்து வைத்திருந்த அவர்களுக்கு புடவை அணிந்து கொள்வதிலும் வேஷ்டி கட்டிக்கொள்வதிலும் சிரமம் இருக்கவில்லை. மார்ட்டின் மட்டும் வேஷ்டி அவிழ்ந்து விடாமலிருக்க பெல்ட்டின் உதவியையே நாடினார். மீனாட்சிஅம்மன் சன்னதியையும், சுந்தரேஸ்வரர் சன்னதி-யையும் நன்றாக பார்த்து தரிசித்து விட்டு சாரா தன் மனதிற்குள் தனக்கு என்ன வேண்டும் என்பதை கேட்கத் தவறவில்லை. இவ்வளவு பெரிய குளம் எப்படி கோவில் வளாகத்திற்குள் கட்ட முடிந்தது என்று ஒரே ஆச்சரியம் மார்ட்டினுக்கு. பொற்றாமரைக் குளத்தைப் பற்றி கதை கதையாக அளந்து கொண்டிருந்தான் நீலகண்டன் அவர்களுக்கு. நக்கீரனையும் சிவபெருமானைப் பற்றியும் சொல்லிக் கொண்டிருக்கும் போது தவறி தருமி பெயருக்கு பதிலாக 'நாகேஷ்' என்று சொல்லிவிட்டு அது யார் என்று கேட்கும் போது மட்டும் மாட்டிக் கொண்டான். பிறகென்ன, திருவிளையாடல் படத்தின் பாதி கதையை சொல்ல வேண்டியதாகப் போயிற்று. பெண்களின் கூந்தலுக்கு இயற்கையிலேயே மணம் உண்டா இல்லையா என்பதற்கு மதுரை மல்லியின் வாசனையை அனுபவித்திருப்பவர்கள் கண்டிப்பாக தொடர்ந்து

மலர்களைச் சூடிக்கொள்வதினால் தான் என்று அடித்தே சொல்லியிருப்பார்கள், நம் மார்ட்டின் சாரா உள்பட!

தெப்பகுளத்தைப் பற்றியும் வருடத்தில் ஒருமுறை நடக்கும் மீனாட்சி கல்யாண திருக்கோலத்தைக் காணவும் மதுரையில் கூடும் ஜனங்களின் எண்ணிக்கை பற்றியும், வெகுநேரம் பேசிக்கொண்டே போகலாம். மீனாட்சியின் அண்ணனான கள்ளழகர் வைகையைக் கடந்து பொற்குதிரையில் வருவதற்கு முன்பே திருமணம் நடந்து விட்டதாக ஒரு சம்பிரதாயம். பிறகு ஏன் எல்லா சித்திரங்களிலும் விஷ்ணு, பார்வதியின் கையை பிடித்து சிவபெருமானின் கைகளில் ஒப்படைப்பதாக வரையப்-பட்டிருக்கிறது என்று அப்பாவியாக கேட்ட மார்ட்டினுக்கு நீலகண்டன் என்ன பதில் சொல்வான்? ‘சிவபெருமானின் பல திருவிளையாடல்களையும் அவதாரங்களையும் பற்றி விளக்கிச் சொல்ல பத்து நாட்கள் போதாது சார்’ என்று மட்டும் பொதுவாகச் சொல்லி மழுப்பி விட்டான். கோடை காலத்தில் வற்றியிருக்கும் வைகை நதியில் புறப்பட்டு வரும் கள்ளழகரின் நடை உலகப்பிரசித்தி பெற்றதாக இருந்தாலும் அங்கேயே தங்க முடியாததை வருத்தத்துடன் தெரிவித்தார்கள். மதுரைக்கு வந்து விட்டு கூடலழகர் கோவிலைக் காணாமல் செல்வதா என்று வலுக்கட்டாயமாக அழைத்துக் கொண்டு சென்று விட்டான் நீலகண்டன். விஷ்ணுகோவிலில் நவகிரகங்களுக்குச்சிலைகளா என்று வியப்படைவோர்களுக்கு நீலகண்டன் பதில் ஏேல்லா மதங்களும் சம்மதமே என்னும் போது சைவ, வைணவ கோட்பாடுகளுக்குள் என்ன வேற்றுமை தேவை”

ன் ஆராய்ச்சிகளுக்கும் அப்பாற்பட்ட சில
ன விஷயங்களைத் தெரிந்து கொண்ட சாரா, அடுத்த வெளியீட்டிற்கு பல குறிப்புகளைக்கூட எடுத்துக்கொண்டாள். மதுரையிலிருந்து சுமார் இருபது கிலோ மீட்டர் தொலைவிலுள்ள அழகர் மலையையும், பழமுதிற்சோலையையும் பார்த்து விட்டு திரும்புவதற்கு மட்டும் முழுமையாக ஒரு நாள் தேவைப்பட்டது. காட்டிலாக்காவின் ஆதிக்கத்திற்குட்பட்ட இரண்டு கோவில்களையும் சுற்றி சிறுசிறு குன்றுகளும் அப்போது தான் விரிவாக்கப்பட்ட இரண்டு வழி-சாலைகளும் பார்ப்பதற்கு ரம்யமாகத்தான் இருந்தது. காட்டுப்பகுதியானாலும் அங்கொன்றும் இங்கொன்று-மாகத் திரியும் காட்டெருமைகளைத் தவிர வேறு மிருகங்கள் தென்படவில்லை. மனிதர்கள்தான் தம் வாழுமிடங்களை விரிவாக்கிக் கொண்டே காட்டிற்-குள்ளும் இப்போதெல்லாம் வீடுகள் கட்டத் தொடங்கி விட்டார்களே! பல வண்ணத் தோகைகளுடன் பறந்து செல்லும் மயில்களைப் பார்க்கையில் அங்கேயே தங்கி பார்த்துக் கொண்டேயிருக்கலாமே என்று தோன்றத்தான் செய்கிறது. மார்ட்டினின் கேமராவில் தோகையை விரித்து ஆடும் பல நிலைகளில் அந்த மயில்கள் சிறைபிடிக்கப்பட்டன.

திருமலை நாயக்கர் மஹாலும், காந்தி புராதன பொருட்காட்சியரங்கமும் அவ்வளவாக ஈர்க்கவில்லை. குஜராத்தில் பிறந்து, டெல்லியிலேயே பிற்காலத்தில் கூடுதலாக வாழ்ந்த காந்தி எங்கள் ஊரில் தான் காதி

என்னும் கதரை உபயோகிக்கத் தொடங்கினார் என்றும் மற்றவர்களையும் உபயோகிக்கும்படி ஊக்குவித்தார் என்றும் பெருமையுடன் சொன்னான் நீலகண்டன். ஓட்டலுக்கு திரும்பி செல்லும் வழியில் ஒரு பெரிய வணிக வளாகத்தைக் காண்பித்து, இந்த இடத்தில் தான் தங்கம் என்ற சினிமா கொட்டகை நிறைய வருடங்கள் இருந்தது. அது ஒரு காலத்தில் ஆசியாவிலேயே அதிக இருக்கைகள் கொண்ட சினிமா கொட்டகையாக இருந்தது என்று சொல்லும் போது 'சுமாராக எத்தனை இருக்கைகள் இருந்திருக்கும்' என்றார் மார்ட்டின். ஒரு வணிக வளாகத்தின் உள்ளேயே மூன்று நான்கு சினிமா கொட்டகைகள் வந்து விட்ட இந்த காலத்தில் ஒரு ஹாலில் முன்னூறு அல்லது நானூறு இருக்கைகளே இருந்தாலும், அவன் சொன்ன எண்ணிக்கை அதிக வியப்பையே கொடுத்தது. அவர்களை ஓட்டலில் இறக்கிவிட்டு அந்த காரையே ஓட்டிக்கொண்டு நீலகண்டன் தன் வாடகை வீட்டை அடையும் போது மிகவும் நேரமாகியிருந்தது. இடையில் மதுரையிலிருந்து சென்னை வந்து பிரபலமான விஜயகாந்த், சூரி, மற்றும் வைகைப்புயல் வடிவேலுவைப் பற்றி நாளை சொல்லிவிட வேண்டும் என்று முடிவெடுத்தான். பயணிகளுக்கு டூரிஸ்ட் கைடாக இருப்பவர்களுக்குத்தான் தெரியும் அதன் நிரந்தரமில்லாத வருமானத்தைப் பற்றி. சில சமயங்களில் நல்ல மனித-நேயமுள்ள பயணிகள் இருந்தால் கொஞ்சம் கூடுதலாக சில்லரை சேரும். மற்றபடி தினசரி வருமானம் என்பது கைக்கும் வாய்க்குமாகத்தான் இருக்கும். ஏதோ,

நீலகண்டன் செய்த புண்ணியம் அவனை மார்ட்டின் தம்பதிக்கு கைடாக இருக்கும்படி உத்தரவிட்ட அந்த வாடகைக் கார் கம்பெனி, அவர்கள் வேண்டும் நேரத்திற்கெல்லாம் தயாராக இருக்க வேண்டும் என்றும் வேறு எந்த வேலைக்கும் ஒப்புக்கொள்ளக்கூடாது என்றும் சொல்லிவிட்டார்கள். முன் பணமாக கொடுத்த தொகை முதல் மூன்று நாட்களிலுமே வீட்டின் தேவையானவைகளுக்கு சரியாகிப் போய்விட்டது. இனி அவர்கள் சுற்றுப்பயணத்தின் முடிவிலோ அல்லது நடுவில் அவர்களாக பார்த்து ஏதாவது கொடுத்தாலோதான் உண்டு.

மீனாட்சி அம்மன் கோவில் வாசலில் சிறியதாக போட்டிருக்கும் பல பூக்கடைகளில் ஒன்று காமாட்சியினுடையது. கணவன் திரும்புவதற்கு தினமும் நேரமாகும் என்று தெரிந்து பூக்கடை வியாபாரத்தை ஒரு எட்டு மணியளவில் முடித்துக் கொண்டு மகள் மீனாவுடன் தன் வீட்டிற்கு வந்து இரவு உணவு தயாரித்து விடுவாள். நாள் முழுவதும் வெயிலில் உட்கார்ந்து பூத்தொடுத்தும், தனியாக வியாபாரத்தை கவனித்தும் மிகவும் அயர்ச்சியுடன் தான் வீட்டிற்கு வருவாள். ஐந்து வயதான மீனா மட்டும் துள்ளலுடன் 'சார், மேடம் பூ வாங்கிக் கொண்டு போங்க! சாமிக்கு மாலையாக போடுங்க' என்று தினமும் கூவிக் கொண்டே தன்னாலான உதவியை தன் அம்மாவுக்கு செய்து கொண்டு வந்தாள். நீலகண்டன் வீட்டிற்கு வரும் வரை காத்திருந்து காமாட்சி அவனுடன் கஞ்சியை குடித்து விட்டு மற்ற வீட்டுவேலைகளில் இறங்கினாள். மீனா எப்போதோ சாப்பிட்டு விட்டு தூங்கியாகி விட்டது.

'காமாட்சி நான் முன்பே சொன்னது போல அந்த பிரெஞ்சு தம்பதி நேரில் பார்ப்பதற்கு மிகவும் நல்லவர்களாகவும், உதவி செய்யும் குணத்துடனும் தென்படுகிறார்கள். பாவம் கல்யாணமாகி பதினைந்து வருடங்களுக்கு மேலாகியும் இன்னும் குழந்தைகள் பிறக்கவில்லையாம். பாரிஸிலுள்ள ஒரு பெரிய கம்பெனியில் இருவரும் பெரிய வேலையிலிருக்கிறார்கள். மல்லிகைப்பூக்கள் விமானம் மூலமும் தினசரி ஏற்றுமதி செய்வதைப் பற்றியும் பேசிக் கொண்டிருக்கிறார்கள்' என்று சாப்பிட்டுக் கொண்டே தனக்கு தெரிந்த விஷயங்களை சொல்லிக் கொண்டு போனான். இருவரும் ஒருவரையொருவர் பார்த்து பேசிக்-கொள்வது அந்த நேரத்தில் மட்டும் தான். காலையில் எழுந்தவுடன் எல்லாரும் அவரவர் வேலைகளை கவனிக்கச் சென்றுவிடுவார்கள். சிறிது தாமதமானாலும் இரண்டு வேலைகளிலும் வியாபாரம் சூடுபிடிக்காது. தினசரி வாழ்க்கை இப்படியாகத்தான் போய்க்கொண்டிருந்தது. மறுநாள் விடிகாலையில் மார்ட்டினும், சாராவும் நடை பயிற்சிக்காக இவர்கள் குடியிருக்கும் தெருவழியாக நடந்து சென்று கொண்டிருந்தார்கள். அவர்கள் தங்கி-யிருந்த ஓட்டலும் அதிக தொலைவில் இல்லை.

திடீரென்று அவர்கள் தன் வீட்டு வாசல் வழியே செல்வதைப் பார்த்த நீலகண்டன் ஒரு மரியாதைக்காக உள்ளே வருமாறு அழைத்தான். உட்கார வைப்பதற்கு கூட அவர்கள் வீட்டில் சரியான நாற்காலிகள் இல்லை. எந்தவிதமான பந்தாக்களும் செய்து கொள்ளாமல் அவர்கள் விரிக்கப்பட்ட பாயில் தரையில் உட்கார்ந்து

கொண்டு, காமாட்சி கொண்டு வந்து தந்த தேநீரை உற்சாகத்துடன் அருந்தினார்கள். துருதுருவென்று இங்குமங்கும் ஓடிக்கொண்டிருந்த மீனாவைப் பார்த்த உடனேயே அவர்களுக்கு பிடித்து விட்டது. மீனாவும் தனக்கு தெரிந்த ஆங்கிலத்தில் அவர்களுடன் பேசுவதற்கு மிகவும் முயற்சி எடுத்துக் கொண்டிருந்தாள். காமாட்சிக்கு மிகவும் அதிசயமாக இருந்தது நம் மீனாவின் ஆங்கில-புலமை. சிரித்துக்கொண்டே அவள் கேட்ட கேள்வி-களுக்கெல்லாம் சமயோஜிதமாக புரிந்து கொண்ட சாரா அவளுக்கு பொறுமையாக பதில் சொல்லிக் கொண்டிருந்தாள். 'இன்று அலங்காநல்லூர் ஜல்லிக்கட்டு நடக்கும் மைதானம் வரை போக வேண்டும். நீ குளித்து விட்டு தயாராக பத்துமணியளவில் ஓட்டலுக்கு வந்துவிடு நீலகண்டன்' என்று சொல்லிவிட்டு எழுந்தனர் இருவரும். போகும் போது செல்லமாக மீனாவின் இரு கன்னங்களிலும் முத்தமிட்டாள் சாரா. அப்போது அவள் கண்கள் கலங்கி-யிருந்ததை கவனிக்கத் தவறவில்லை காமாட்சி.

ஜல்லிக்கட்டு விளையாட்டை பார்க்க போகும் வழியிலும், திரும்ப வரும் வழியிலும் இருவரும் தீவிரமாக ஒரு குழந்தையை தத்து எடுப்பதைப்பற்றியே பேசிக்-கொண்டு வந்தனர். சாராவிற்கு ஒரு பெண் குழந்தையை எப்படியாவது தத்து எடுத்துக்கொண்டு போய் வளர்த்து ஆளாக்க வேண்டும் என்பதை தொடர்ந்து கொண்டிருந்த பேச்சிலிருந்து புரிந்து கொண்டான் நம் நீலகண்டன். தத்து எடுத்துக் கொள்வது என்பது, அதுவும் வெளிநாட்டினர் தத்து எடுத்துக் கொள்வது என்பது சட்ட ரீதியாக அவ்வளவு

சுலபமல்ல! தத்து எடுத்துக் கொள்பவர்களும், கொடுக்கும் பெற்றோர்களும் அதற்கு பூரண சம்மதத்தை எழுத்தில் கொடுக்க வேண்டும். அந்த ஒப்புதல் காகிதங்களின் மூன்று பிரதிகள்- ஒன்றை கோர்ட்டில் சமர்ப்பித்து விட்டு மற்ற இரண்டு பிரதிகளும் இரண்டு பெற்றோர்களிடமும் கொடுக்கப்படும். வாங்கிக் கொள்ளும் பெற்றோர்களின் உடல்நிலை, பணவசதி, குழந்தையை கடைசிவரை காப்பாற்ற வேண்டுமென்ற நல்ல திடமான மனநிலை என்று பல விஷயங்கள் இதில் அடங்கியிருக்கின்றன. பணத்திற்காக குழந்தைகளை விற்றுவிடக்கூடாதென்று பலநாட்டு அரசாங்கங்களும் மற்ற NGO போன்ற நற்பணி சங்கங்களும் மிகவும் அதிக கோட்பாடுகளுடன் இதற்காகவே இயங்கிக் கொண்டிருக்கின்றன.

மற்ற இரண்டு நாட்களும் ஏதோ ஒப்புக்காக சில இடங்களை பார்ப்பதற்காக அழைத்துக் கொண்டு போகும்படி சொன்ன மார்ட்டினும் சாராவும் ஏதோ குழப்பத்தில் இருப்பது போலத்தான் தோன்றினார்கள். கடைசியாக மார்ட்டின் துணிச்சலை வரவழைத்துக் கொண்டு நீலகண்டனிடம் கேட்டே விட்டான். முதலில் அதிர்ச்சியாக இருந்தாலும் நீலகண்டனுக்கு அவர்கள் சொல்வது சரியாகத்தான்பட்டது. மீனாவை இருவருக்கும் பார்த்த உடனேயே பிடித்து விட்டதாகவும், தங்களுக்கு தேடினால் ஏதாவது ஒரு குழந்தை கிடைத்து விடும் பட்சத்தில், மீனாவுக்கு பிடித்த, அவள் வருங்காலத்தில் முன்னேற வேண்டுமென்ற நல்லெண்ணத்தில் உள்ள நல்ல பெற்றோர்கள் கிடைப்பது கடினம் என்றும் மனம்

திறந்து சொல்லிப் பார்த்தார். மீனா அவர்களின் ஒரே மகள் என்று தெரிந்தும் இப்படி ஒரு கோரிக்கையை அவனிடம் வைப்பதிலிருந்து அவர்களின் நல்ல குணம் அவனுக்கு புரிந்தது. தன்னிடம் இருந்தால் மட்டும் என்ன, அடுத்த வேளைக்கு கஞ்சி கிடைக்குமா என்ற சந்தேகத்தில் தானே அவள் வளர வேண்டும். நல்ல படிப்பிற்கும், நல்ல வாழ்க்கைக்கும் அவளுக்கு ஒரு வாய்ப்பு கிட்டும்போது நாம் தடுப்பது சரியா என்று குழம்பினான். தன் மனைவி-யுடன் கலந்தாலோசித்து மறுநாள் பதில் சொல்வதாகச் சொல்லிவிட்டு வீட்டிற்கு நடந்தான்.

விஷயத்தைக் கேட்டவுடன் காமாட்சிக்கு மிகவும் அதிர்ச்சியாகவும் கண்களிலிருந்து தாரை தாரையாக கண்ணீர் வந்து கொண்டுமிருந்தது. இருந்தாலும் ஒரு இரண்டு மணிநேரம் நீலகண்டன் மீனாவிற்கு கிடைக்க இருக்கும் ஒரு நல்ல எதிர்காலம் நம்மால் தடைப்பட வேண்டாம் என்று விவரமாக சொல்லிக்கொண்டிருந்தான். ‘காமாட்சி, நமக்கு அப்படி ஒன்றும் வயதாகிவிடவில்லையே! மீனாட்சி கிருபையிருந்தால் நமக்கு துணையாக இன்னொரு பெண்ணையோ, பையனையோ கொடுப்பாள். ஆனால் அந்த தம்பதிக்குத்தான் குழந்தை பாக்கியம் இல்லை என்று ஆகிவிட்டதால் தானே இந்த உதவியை நம்மிடம் கேட்கிறார்கள்’ என்ற நீலகண்டனுக்கு பதிலளிக்க அதிக காரணங்கள் இல்லாமல் தன் உணர்ச்சிகளுக்கு மட்டும் அடிமையாகி எந்த முடிவையும் எடுக்க விரும்பவில்லை. இதைப்பற்றி மீனாவிடம் பேசும் போது அந்த ஐந்து வயது பெண்ணிற்கு ஒன்றுமே

புரியவில்லை. 'என்ன, நான் ஏரோப்ளேனில் சென்னைக்கு சென்று அங்கிருந்து ஆண்ட்டியுடன் வெளிநாடெல்லாம் போகப் போகிறேனா? எனக்கு தின்பதற்கு சாக்லேட்டும் கேக்கும் கிடைக்குமா' என்றெல்லாம் கேட்டாளே தவிர பெற்றோர்களை விட்டுவிட்டு நீண்ட தூரம் பயணிக்க வேண்டும், அதுவும் நிரந்தரமாக என்றெல்லாம் புரிந்து கொள்ளும் மனப்பக்குவம் ஏற்படவில்லை. மறுநாள் மார்ட்டின் சாரா தம்பதி அவர்கள் வீட்டிற்கு வந்த போது இருவரும் முழு சம்மதத்துடன் தம் ஒரே மகளை தத்து கொடுப்பதற்கு இணங்குவதாகவும், மீனா சம்மதித்தால் அவர்கள் மேற்கொண்டு எல்லா ஏற்பாடுகளையும் செய்ய-லாமென்றும் சொல்லி விட்டார்கள்.

மீனாவை ஒரு பெரிய துணிக்கடைக்கு அழைத்துக்-கொண்டு சென்று, மாற்று உடைகள் வாங்கித்தந்து, அவளை சிற்றுண்டி ஓட்டல், பொருட்காட்சி சாலை என்று அன்று முழுவதும் சந்தோஷமாக வைத்திருந்து விட்டு தம் ஓட்டலுக்குத் திரும்பினார்கள். வீடு வந்ததும் வாய் ஓயாமல் மீனா மட்டும் சாரா ஆண்டியின் அன்பையும் தன் மேல் காட்டிய பரிவையும் திரும்பத் திரும்ப சொல்லிக் கொண்டேயிருந்தாள். தத்தெடுப்பது முடிவான பிறகு எவ்வளவு எடுத்துச் சொல்லியும் கேட்காமல் மார்ட்டின் நீலகண்டன் பெயரில் ஒரு இரண்டு அறைகள் கொண்ட ஃபிளாட்டை வாங்குவதற்கு ஏற்பாடு செய்து விட்டார். நாங்கள் மீனாவுடன் வருடத்திற்கு ஒரு முறையோ இரண்டு முறையோ வரும்போது எல்லாரும் ஒன்றாக தங்குவதற்கு இடம் தேவையாக இருக்கும் என்று சொன்னவுடன்

மறுத்து பேச முடியவில்லை நீலகண்டனுக்கு. ஆனால் தத்து கொடுப்பதற்காக ஒரு பைசா கூட வாங்கிக்கொள்ள முடியாது. மீனாவின் எதிர்காலம் நன்றாக இருக்க வேண்டுமென்ற ஒரே காரணத்திற்காகத்தான் நாங்கள் இந்த முடிவுக்கு வந்தோம் என்று தீர்மானமாக சொல்லி விட்டார்கள்.

இடையே மீனாவை தத்தெடுத்துக் கொள்வதற்கான காகிதங்களைப் பெறுவதற்கும், அவளுக்கு பிரெஞ்சு விசா ஏற்பாடு செய்வதற்கும் அவர்கள் குடும்பத்துடன் பாண்டிச்சேரி செல்ல வேண்டியதாயிற்று. காரிலேயே அவர்கள் மதுரையிலிருந்து பாண்டிச்சேரி வரை சென்று விட்டு பிரெஞ்சு தூதரகத்தில் வேலைகளை முடித்துக் கொண்டு மதுரை திரும்பினார்கள். மதுரையில் அடுத்த நாள் அவர்கள் ஐவருக்கும் ஒரு NGOவில் தத்து எடுத்துக் கொள்வதற்கு சான்றிதழ் அளிக்கும் நிறுவனத்தில் சந்திப்பு ஏற்பாடாகியிருந்தது. மூன்று வயதான மூதாட்டிகளும், இரண்டு கணவான்களும் கொண்ட குழு இவர்களை தனித்தனியாக அழைத்து பரிசீலனை பல மணி நேரங்கள் நடந்தன. முக்கியமாக அந்த பிரெஞ்சு தம்பதிகள் பணத்திற்காக அந்த குழந்தையை தத்து எடுத்துக் கொள்ளவில்லை என்பதும், பணம் எதுவும் வாங்காமல் குழந்தையின் நலம் கருதியே பெற்றோர்கள் இதற்கு சம்மதித்தார்கள் என்றும் ஆலோசனைகளில் தெரிந்து கொண்டார்கள். பின்விளைவுகளைப் பற்றியும் நன்றாக எடுத்துச்சொல்லி எந்த மனக்குழப்பமும் இல்லாமல் இந்த முடிவை எடுக்க வேண்டும் என்று சொல்லி ஒப்புதல்

கடிதம் தந்து விட்டார்கள். அந்த சான்றிதழையும், மருத்துவ ரீதியில் அந்த தம்பதிகள் நால்வரும் உடல்நலக் குறைவின்றி இருக்கிறார்கள் என்ற சான்றிதழ்களையும் எடுத்துக் கொண்டு மீண்டும் பாண்டிச்சேரிக்கு செல்ல வேண்டியது தான் பாக்கி. மார்ட்டினும் சாராவும் அன்று மாலையிலேயே அவசர அவசரமாக ஒரு பெரிய தனியார் மருத்துவமனையில் இரத்த பரிசோதனை செய்து கொள்வதற்காக சென்று விட்டார்கள். அதிக நாட்கள் கடத்த வேண்டாம் என்று சொல்லிவிட்டு நீலகண்டனையும் அவ்வாறே செய்து கொண்டு சான்றிதழ்களுடன் வரும்படி சொல்லி அனுப்பி விட்டார்கள்.

அவர்கள் அந்த தனியார் மருத்துவமனையை நெருங்கும் போது மாலை ஐந்து மணிக்கு மேல் ஆகிவிட்டது. அன்று சனிக்கிழமையாதலால் எல்லா சிப்பந்திகளும் தத்தம் வேலைகளை முடித்துக் கொண்டு வார இறுதி விடுமுறையை அனுபவிப்பதற்கு பறந்து கொண்டிருந்தனர். இரத்த பரிசோதனை நிலையத்தில் அதிக கூட்டம் கூட இல்லை. ஏற்கனவே காத்துக் கொண்டிருந்த மாணிக்கம் என்ற ஒரு பள்ளி வாகன ஓட்டுனருக்கும் மார்ட்டின் தம்பதிக்கும் அவசர அவசரமாக இரத்த மாதிரியை எடுத்துக்கொண்டு இரண்டு நாட்கள் கழித்து வரும்படி சொல்லி அனுப்பிவிட்டு அந்த பிரிவை மூடிவிட்டு வீட்டிற்கு ஓடினார்கள் அந்த சிப்பந்திகள். நீலகண்டனும் காமாட்சியும் தங்கள் சக்திக்கு ஏற்றாற்-போல் அரசாங்க ஆஸ்பத்திரியில் இரத்த பரிசோதனை செய்து கொள்வதாகவும் இரண்டு நாட்களில்

சான்றிதழ்களுடன் வருவதாகவும் சொல்லிவிட்டுச் சென்றார்கள். அன்றிரவெல்லாம் தூக்கம் வராமல் நீலகண்டனும், காமாட்சியும் சோகத்தில் இருக்க மீனா மட்டும் எதிர்பாராமல் கிடைத்த நல்ல உணவுகளையும் படிக்க போகும் நினைப்பையும் எண்ணிக் கொண்டே தூங்கப்போய்விட்டாள். சட்ட ரீதியாக குழந்தைகளை தத்தெடுக்க வேண்டுமென்றால் எவ்வளவு வரைமுறை கோட்பாடுகள் என்று ஏற்கனவே அவர்களுக்கு சொல்லி-யிருந்தார்கள் அல்லவா? எல்லாம் நம் நன்மைக்காகத்தானே என்று அவர்கள் ஆசுவாசப்படுத்திக் கொண்டார்கள்.

அனைவருடைய இரத்த பரிசோதனை முடிவுகள் சான்றிதழ்களாக வருவதற்கு திங்கள் அன்று வெகு நேரமாகிவிட்டது. எல்லா சான்றிதழ்களையும் ஒன்றாக சுருட்டி எடுத்துக்கொண்டு உள்ளே என்ன எழுதியிருக்கிறதென்று பார்ப்பதற்கு கூட நேரமில்லாமல் அவர்கள் மறுநாள் பாண்டிச்சேரி செல்வதற்கு தயாராக இருந்தார்கள். ஆயிற்று, இந்த தனியார் மருத்துவமனையில் கொடுத்த சான்றிதழ்களை மறுநாள் காலை ஒரு நோட்ரி பப்ளிக்கிடம் காட்டி கையெழுத்து பெற்றுக் கொண்டு அதே காரில் பாண்டிச்சேரிக்கு செல்வதாக ஏற்பாடு. நேரத்தை வீணாக்க வேண்டாம் என்று அந்த NGO அலுவலகத்திலிருந்து ஒரு அதிகாரியையும் அழைத்துக் கொண்டு சென்றார்கள். அங்கு சென்றவுடன் ஒரு பேரிடி காத்துக்கொண்டிருந்தது.

மற்ற மூவரின் இரத்த பரிசோதனையில் முடிவுகள் சாதகமாக இருந்தது. மார்ட்டினின் இரத்த பரிசோதனை

முடிவு காகிதத்தில் சிவந்த மையினால் கோடிடப்பட்டு சில வாக்கியங்கள் எழுதப்பட்டிருந்தன. நிவாரணத்திற்கு இன்னும் மருந்து கண்டுபிடிக்கப்படாத எய்ட்ஸ் என்னும் நோய்க்கிருமி அவரது இரத்தத்தில் அதிக அளவில் இருப்பதாகவும், சில நாட்கள் அல்லது சில மாதங்களே தாங்குமளவிற்கு மட்டும் உடலில் இரத்தத்தின் தூய்மை இருப்பதாகவும் அந்த சான்றிதழில் எழுதப்பட்டிருந்தது. ஒன்றுமே புரியாமல் எல்லோரும் குழம்பிக் கொண்டி-ருக்கும்போது அந்த NGO அதிகாரி தத்து எடுத்துக் கொள்ளும் உரிமையை ரத்து செய்து கடிதத்தில் கொட்டை எழுத்துகளில் எழுதியும் கொடுத்து விட்டு பதிலுக்கு காத்திருக்காமல் சென்று விட்டார்.

மறுநாள் அந்த தனியார் மருத்துவமனைக்கு சென்று விசாரித்து ஏதாவது தவறு நடந்திருக்கிறதா என்று கேட்கும்போது அவர்கள் அப்படியெல்லாம் ஒன்றும் நடக்கவில்லை. இதுபோல ஆபத்தான முடிவுகள் ஏதாவது இருந்தால் தாங்கள் ஒன்றிற்கு இரண்டு முறை பரிசோதனை செய்வோம். வேண்டுமானால் பரிசோதனைக்கு எடுத்துக் கொண்ட இரத்தத்தின் மீதி அதே குப்பியில் குளிர்பதனீட்டு அறையில் இருப்பதாகவும் சொல்லி விட்டார்கள். அடுத்த பத்தாவது நிமிடம் அந்த குப்பி வரவழைக்கப்பட்டு அதன் மேல் மார்ட்டின் என்று எழுதப்பட்டிருந்ததையும் இருவரும் கண்கூடாக பார்த்து விட்டனர். மேற்கொண்டு அவர்களிடம் விவாதித்து ஒரு பயனும் இல்லை என்று தெரிந்து கொண்ட சாரா, மார்ட்டினை கட்டாயப்படுத்தி வெளியே அழைத்துக் கொண்டு செல்ல

வேண்டியதாயிற்று. நீலகண்டன் காரைச் செலுத்த அவர்கள் தாங்கள் தங்கியிருந்த ஓட்டலுக்கு சென்று உடைமைகளை எடுத்துக்கொண்டு நேரே ஏர்போர்ட்டிற்கு செல்லும்படி பணித்தார்கள். மார்ட்டின் சொன்ன ஒரே வாக்கியம் 'நீலகண்டன், நாங்கள் சந்தோஷமாக நான்கு நாட்கள் மீனாவுடன் இருந்ததற்கான பரிசாக அந்த ஃபிளாட்டை வைத்துக் கொள்ளுங்கள், நாங்கள் திரும்ப எப்போதாவது மதுரைக்கு வந்தால் அவளைப் பார்ப்பதாக சொல்லி விடுங்கள்' என்பதே!

அதிக ஆசைகளை மனதில் கோட்டையாக கட்டிக் கொண்டிருந்த மீனாவும், மகள் தன்னை விட்டு செல்லமாட்டாள் என்று சந்தோஷப்பட்டாலும், ஒரு நல்ல வாழ்க்கை அமையாமல் போய் விட்டதே என்று காமாட்சியும் ஆதங்கப்பட்டுக் கொண்டு தான் இருந்தார்கள். நீலகண்டனின் நிலையும் ஏறத்தாழ அதேதான். அந்த ஏர்பிரான்ஸ் விமானம் மார்ட்டின் தம்பதியுடன் பாரிஸில் இறங்கிய அதே சமயம் மதுரையில் மாணிக்கம் உடல் தளர்ந்து என்ன நோய் என்று தெரியாமல் அகால மரண-மடைந்தான். வாகன ஓட்டுனரானதால் வண்டி ஓட்டிக் கொண்டேயிருக்கும் போது மாரடைப்பால் மரணம் என்று சான்றிதழ் பெற்று அவன் வாழ்வு முடிவுக்கு வந்தது. தனியார் மருத்துவமனைகளில் எப்போதாவது இதுபோல் நடக்கும் தவறுதல்கள் - மார்ட்டின் குப்பியில் மாணிக்கத்தின் பெயரும், மாணிக்கத்தின் குப்பியில் மார்ட்டினின் பெயரையும் எழுதி ஒட்டிய சிப்பந்தி வார விடுமுறைக்கு சீக்கிரம் போக வேண்டுமென்ற அவசரத்தில் செய்த பெரிய

தவறு எவ்வளவு பேரை பாதித்திருக்கிறதென்பது அங்கு யாருக்கும் தெரியவில்லை. பாரிஸுக்கு சென்று மீண்டும் இரத்த பரிசோதனையில் அதுபோல நோய்க்கிருமிகள் ஒன்றும் இல்லை என்று நிரூபிக்கப்பட்டாலும் அவர்கள் மீண்டும் மதுரைக்கு வரத் தயாரான நிலையில் இல்லை. மீனாட்சிக்கு மீனாவை விட்டு பிரிய மனமில்லை என்று நினைத்துக் கொள்வதைத் தவிர நம்மால் என்ன செய்யமுடியும்? மார்ட்டின் சாரா தம்பதி வேண்டிக் கொண்டதெல்லாம் ‘இதுபோன்ற தவறுகள் இனியும் நடக்காமல் பார்த்துக்கொள் மீனாட்சி’ என்பது மட்டுமே! சும்மாயிருப்பாளா சக்தி வாய்ந்த மீனாட்சி? நல்ல வழிகாட்ட ஆயத்தமானாள், அதுவும் நடந்தது விரைவில். எப்படி? அறிந்து கொள்ள ஐதராபாத் வழியாக பயணிப்பது அவசியமாகிறது.

ஐதராபாத் திராட்சை

திராட்சைத்தோட்டம் என்றதும் திராட்சையில் செய்யும் மதுரசம் மட்டுமல்ல, உலர்ந்த திராட்சைகளும், உணவுக்குப்பின் உண்ணும் பல பழங்களில் ஒன்றான திராட்சைப் பழங்களும், ஆல்கஹால் கலக்காத திராட்சை பழரசம் என பலவகைகளில் உபயோகப்படுத்தப்படுகிறது. மது வகைகளிலேயே குறைந்த அளவு ஆல்கஹால் சேர்ப்பதாலும், பல வருடங்களுக்கு சேமித்து வைத்து அந்த கலவையில் தயாரிக்கப்படும் ஒயின் பாட்டில்களை பல நூற்றாண்டுகளுக்கு முன்பிருந்து சேமித்து இன்று வரை முக்கிய மனிதர்களைப் பார்க்கப் போகும் பொழுது, அந்த பாட்டில்களை கொடுப்பது வழக்கமாக இருக்கிறது. அதுவும் பல வருடங்களுக்கு முன் பாட்டில்களில் அடைக்கப்பட்ட ஒயின்களுக்குத் தான் எத்தனை மவுசு. உலகில் விலையுயர்ந்த பரிசுகளில் இதுவும் ஒன்று. என்னதான் பிரான்ஸும், ஆஸ்திரேலியாவும் திராட்சைத் தோட்டத்திற்கு பெயர் பெற்றவை என்றாலும், அமெரிக்க நாட்டின் கலிபோர்னியா மாநில திராட்சைத் தோட்டங்களே உற்பத்தியிலும், தரத்திலும் முதலிடம் என்ற பெயரை தக்கவைத்துக் கொண்டிருக்கிறது. அவ்வப்போது

தொழிலாளர்கள் போராட்டம், தக்க சமயத்தில் பறிக்க போதிய ஆட்கள் கிடைக்காதது, ஒப்புக்கொள்ளும் ஊழியர்களும் அதிக கூலியை எதிர்பார்ப்பது என பல பிரச்சினைகள். தட்பவெப்பநிலையும் ஒத்துழைக்க வேண்டும். இவைகளுக்கு நடுவில் சமாளித்து ஒரு வழியாக அறுவடைசெய்து, பதப்படுத்தி ஒயின் தயாரித்து விற்கும் போது எல்லா கவலைகளும் மறந்து விடும். அது கொடுக்கும் வருமானம் அப்படி.

மதுரையில் நீலகண்டன் குடும்பமும் பாரிஸில் மார்ட்டின் குடும்பமும் கவலையில் ஆழ்ந்திருக்கும் அதே சமயம், அனுபமா தன் மகள் ஷீலாவும், மருமகன் சூரஜூம் பணிபுரியும் ஒரு பெரிய திராட்சைத்தோட்டத்தைப் பார்வை-யிடவும், பல தொழில் சம்பந்த நுணுக்கங்களைத் தெரிந்து கொள்ளவும், சான்பிரான்ஸிஸ்கோ நகருக்கு வந்து நான்கு வாரங்கள் தங்கி இன்று திரும்பி ஐதராபாத்துக்கு கிளம்புகிறாள். ஐதராபாத்தில் அனுபமா, சுந்தரம் தம்பதிக்கு ஒரு பெரிய திராட்சைத்தோட்டம் சொந்தமாக இருந்தது. அனுபமாவின் அப்பா காலத்திலேயே வாங்கிப் போட்டு பராமரிக்கும் தோட்டம் அது. அவரின் தூரத்து உறவினரான சுந்தரம், அவர்கள் வீட்டிலேயே தங்கி, அவர் தயவில் படித்து டாக்டர் பட்டமும் பெற்றவர்.

தற்போது டாக்டர் சுந்தரத்துக்கு வயது அறுபதை கடந்து விட்டாலும், பார்த்தால் அப்படி சொல்ல முடியாத உடல்வாகு. ஆங்காங்கே தலைமுடி நரைத்து, அடர்த்தி குறைந்து முன்பக்கம் சற்று வழுக்கை போலத் தோன்றி-னாலும், மருத்துவமனையில் நீண்ட காலமாக பணிபுரியும்

எலிசா அவரிடம், 'இது வழுக்கையில் சேர்த்தி இல்லை, உங்களுக்கு அகன்ற நெற்றி டாக்டர்' என்று தான் சொல்வாள். சற்று பெருமையாகவே இருக்கும். அதிகம் உரக்கப்பேசாத சுபாவம். தன் ஆறடி உயரத்திற்கு ஏற்ற விலையுயர்ந்த ஆடைகள், அவைகளும் வெளிர் நிறத்திலேயே இருக்கும். செதுக்கினாற் போன்ற நீண்ட நாசி, தினமும் ஷேவ் செய்து கன்னங்களிலும், மூக்குக்கு கீழேயும் ஒரு இளம்பச்சை நிறம், தீர்க்கமான கண்கள், படிப்பதற்கு மட்டுமே உபயோகப்படுத்தப்படும் அதிநவீன மூக்குக்கண்ணாடி. மொத்தத்தில் டாக்டர் சுந்தரம் மருத்துவமனைக்கு காரில் வந்து இறங்கியதும், அனைவரின் கண்களும் ஒருமுறை அவரைப் பார்த்து, திரும்பி மீண்டும் பார்க்காமல் இருந்ததில்லை. "டாக்டர், இன்று அனுபமாமேடம் அமெரிக்காவிலிருந்து திரும்பி வருகிறார்கள். நீங்கள் விமான நிலையத்துக்கு போய் அழைத்துக் கொண்டு வருவீர்கள் இல்லையா, நான் மாலை அப்பாய்ன்ட்மெண்ட்டுகளை மாற்றி விடட்டுமா" என்ற எலிசாவுக்கு டாக்டர் சுந்தரம், 'வேண்டாம் எலிசா இன்று மாலை மூன்று முக்கிய நோயாளிகளை பார்த்தாக வேண்டும். நீ டிரைவரிடம் சொல்லி, அவரையே விமான நிலையத்திலிருந்து அனுபமாவை அழைத்துக் கொண்டு வரும்படி சொல்லிவிடு' என்றார். மறக்காமல் வருத்தம் தெரிவித்து அனுபமாவுக்கு ஒரு குறுஞ்செய்தியும் அனுப்பிவிட்டார். கலிபோர்னியாவின் சேக்ரமெண்டோ என்ற நகரத்தில் புறப்பட்டு டோக்கியோ வழியாக ஐதராபாத்தை வந்தடைந்த அந்த விமானம்

கீழே இறங்குவதற்கு எல்லா ஏற்பாடுகளும் நடந்து கொண்டிருந்தது. நீண்ட தூர பயணத்தினால், பயணிகள் மட்டுமல்லாமல், விமானப் பணிப்பெண்களும் கூட மிகவும் களைத்துத்தான் போய்விட்டனர். அனுபமா, யுடிகோலன் தெளித்த சிறிய டவலால் தன் முகத்தை துடைத்துக்கொண்டு லேசாக சற்று ஒப்பனையும் செய்து கொண்டு இறங்கத் தயாரானாள்.

டாக்டர் சுந்தரம் வராதது ஆச்சரியமாக இல்லை. இது எப்போதும் நடப்பது தானே! இன்று வேறு ஏதோ புதிய காரணம் என்று தன் மனதிற்குள் நினைத்துக்கொண்டு தன் உடைமைகளை எடுத்துக்கொண்டு வெளியே வருவதற்கும், அவளது பென்ஸ்காரை டிரைவர் ஓட்டிக்-கொண்டு அவள் நிற்குமிடத்துக்கு வருவதற்கும் சரியாக இருந்தது. ஜெட்லாகில் கண்கள் சிவந்து, பயணக்-களைப்பில் உடல் அசதியுடன் காரின் பின் சீட்டில் பொத்தென்று விழுந்து, 'எப்படி இருக்கிறீர்கள் மாரிமுத்து' என்று மட்டும் கேட்டு விட்டு, பதிலுக்கு காத்திராமல் கண்களை மூடி உறக்கத்தில் ஆழ்ந்தாள். அன்று இரவு டாக்டர் சுந்தரம் வீடு திரும்ப சற்று நேரமாகிவிட்டது. அனுபமாவின் அறைக்குச் சென்று கதவை லேசாகத் தட்டிவிட்டு உள்ளே நுழைய எத்தனிக்கும் போது, அவள் தூங்கிக் கொண்டிருந்தாள் என்று தெரிந்து கொண்டு, ஓசைப்படுத்தாமல் கதவை மூடிவிட்டு தன் அறைக்குச் சென்று விட்டார்.

மறுநாள் காலை குளித்து விட்டு மருத்துவமனைக்குச் செல்லும் வரை அனுபமா எழுந்திருக்கவில்லை என்பதை

பணியாட்கள் மூலம் தெரிந்து கொண்டு, டிரைவரிடம் "இன்று நீ அனுபமா மேடத்துக்கு தேவைப்பட்டால் உதவியாக இரு, நான் என் காரில் போய் விடுகிறேன்" என்று சொல்லி விட்டார். அனுபமா கண்விழித்து பார்க்கும் போது மணி இரண்டு என்று காட்டியது. பகலா, இரவா ஒன்றும் புரியவில்லை. பசி உணர்வு வந்ததும் தான் தெரிந்தது, தான் நேற்று மாலையிலிருந்து தூங்கிக் கொண்டிருக்கிறோம், பகலாகத்தான் இருக்கும் என்று. எழுந்து களைப்பு தீர குளித்துவிட்டு வழக்கம் போல பகட்டான உடைகளுடன் தன்னை அலங்கரித்துக் கொண்டு, வேலைக்கார பெண் மேசையில் கொண்டு வந்து வைத்த உணவை ஒன்றும் பேசாமல் சாப்பிட்டு விட்டு தன் அலுவலகத்துக்கு கிளம்பினாள். என்ன இருந்தாலும், வீட்டு சாப்பாட்டுக்கு ஒரு தனி மதிப்பு தான்! ஹாலுக்கு வெளியே அனுபமாவுக்காக காத்துக் கொண்டிருந்த டிரைவர், 'ஐயா உங்களுக்கு உதவியாக என்னை இங்கே இருக்கச் சொன்னார், நீங்கள் களைப்பாக இருப்பீர்கள், ஒரு இரண்டு நாட்கள் என்னை உங்களுக்கு வண்டி ஓட்டச் சொன்னார். நேற்று அவர் திரும்பி வந்த போதும், காலையில் ஆஸ்பத்திரி போகும் போதும், உங்களைப் பார்த்து பேச நினைத்ததாகவும், அசதியில் நீங்கள் தூங்கிக் கொண்டிருந்ததாகவும் சொன்னார்' என்றான். பதில் ஏதும் சொல்லாமல் அனுபமா, காரின் பின்கதவை திறக்கும்வரை காத்திருந்து, ஏறி உட்கார்ந்து ஆபிஸுக்கு போகும்படி சொன்னாள். ஒரு வேளை டாக்டரை பார்க்க ஆஸ்பத்திரிக்கு ஓட்டச் சொல்வாளோ என்று நினைத்த

டிரைவர், எதற்கு வம்பு என்று மேற்கொண்டு பேசாமல், அவளது ஆபிஸுக்கு காரை ஓட்டிச் சென்றான்.

அனுபமாவின் ஆபிஸ், ஐதராபாத் நகரத்தின் நடுவில், ஒரு பலமாடிக்கட்டிடத்தில் ஒரு தளம் முழுவதும் எடுத்துக் கொள்ளப்பட்ட நூதனமான அமைப்புகள் கொண்டது. கண்களை உறுத்தாத சுவர்களின் வண்ணம், குறைந்த அளவே ஃபர்னிச்சர், வரவேற்பறையில் அழகான காரியதரிசி. தன் அறைக்கு செல்லும் முன்பு அனுபமா, காரியதரிசியிடம் தங்கள் விளம்பர ஏஜென்ஸியின் மார்க்கெட்டிங் மேனேஜரை டெலிபோனில் அழைத்து, தன்னை வந்து நேரில் பார்க்கும்படி சொல்லிவிட்டு நடந்தாள். தங்களது திராட்சை தோட்டத்தை பராமரிப்பது முதல், பயிரிடுவது, சரியான சமயத்தில் திராட்சைக்கொத்துகளை பறிப்பது, ரசாயனங்களைச் சேர்த்து பெரிய பேரல்களில் அடைப்பது, விற்பனைக்கு தகுந்தாற் போல் பாட்டில்களில் நிரப்புவது, பிரத்தியேகமாக இறக்குமதி செய்யப்பட்ட கார்க்குகளால் அழுத்தமாக மூடி, தங்கள் கம்பெனியின் பெயர் பொரிக்கப்பட்ட அச்சடித்த லேபிள்கள் ஒட்டுவது என்ற பல வேலைகள் அவர்களது தொழிற்சாலையில் நடந்து கொண்டிருக்கும். விற்பனையும் கணக்கு வழக்குகள் பார்ப்பது மட்டுமே நகரத்தின் நடுவிலுள்ள அலுவலகத்தில் வேலை.

விளம்பர நிறுவனத்தின் மேனேஜர் வந்தவுடன், தாமதிக்காமல் அவரை அனுபமாவின் அறைக்கு அனுப்பி வைத்தாள் அந்த காரியதரிசி. ஏற்கனவே பல வருடங்களாக பரிச்சயமானதால் அனுபமா அவரை வரவேற்று, தான்

அமெரிக்காவில் சில திராட்சைத் தோட்டங்களை நேரில் பார்த்ததாகவும், பல தொழில் நுட்பங்களை கற்றுக் கொண்டதாகவும் சொன்னாள். முக்கியமாக நம் பொருட்களுக்கு நல்ல விளம்பரங்கள் தேவை. நுகர்வோரின் விருப்பத்தையும், அவர்களின் கவனத்தை கவர்தலுக்கு என்ன யுக்திகள் தேவை என்பதையும் ஆராய்ந்து, பின் அவர்களிடம் நம் பொருட்களை கொண்டு போய் சேர்த்தால் போதும், வியாபாரம் பல மடங்கு பெருகிவிடும் என்றும், நம் நாட்டில் ஆல்கஹால் கலந்த பானங்களை விளம்பரப்படுத்த அனுமதி இல்லையாதலால் இது போன்ற பல கம்பெனிகள் சோடா, தண்ணீர் பாட்டில்களையும் உற்பத்தி செய்து விளம்பரப்படுத்துவது சகஜமாக இருப்பதையும் சொன்னாள். விளம்பர நிர்வாகி பதிலுக்கு நோம் உற்பத்தி செய்யும் பொருள் - ஆல்கஹால் கலந்த அல்லது கலக்காத திராட்சைப்பழச்சாறு- என்பதால் அதிக வருடங்கள் பதப்படுத்தப்பட்ட பொருளுக்கு சற்று வயதான மாடல்களை உபயோகப்படுத்தினால், நல்ல பலன் கிடைக்கும்” என்றார். இந்தியாவில் சிறிய அளவில் விற்பனையென்றாலும், எடுக்கும் விளம்பரப்படம் இந்தியாவிற்கும், வெளிநாடுகளுக்கும் ஒன்றாகவே இருக்க வேண்டும் என்றும் அபிப்ராயப்பட்டார். யாரும் இதுவரை செய்யாத யுக்தியைக் கையாண்டு ஒரு நடுத்தர அல்லது அறுபதுகளில் உள்ள கணவன், மனைவியை மையமாகக் கொண்டு ஓரிரு நிமிடங்களுக்கு திரையிடக்கூடிய குறும்படங்கள் போல எடுத்தால் சிறப்பாக வரும் என்று கருதினார். அனுபமாவுக்கும் அது சரியென்றே பட்டது.

இருவரும் ஒரு மணிக்கு மேலாக யோசித்து, முக்கிய இரண்டு கதாபாத்திரங்களை தேர்ந்தெடுப்பதிலிருந்து, தங்கள் பொருளை மையப்படுத்தி காட்சிகளை அமைத்து தயாரிக்க வேண்டும் என்று அன்றே முடிவெடுத்தனர்.

அறுபதுகளை நெருங்கும் நாயகன் என்றதும் அனுபமாவுக்கு முதலில் நினைவுக்கு வந்தது டாக்டர் சுந்தரம் தான். முதலில் கண்டிப்பாக மறுப்பார், எப்படியாவது சம்மதிக்க வைக்கலாம் என்று நினைத்தாள். விளம்பர ஏஜென்ஸி மேனேஜர், சென்ற மாதம் ஆங்கில தினசரிகளில் வந்த ஒரு முழுபக்க விளம்பரத்தை தன் மொபைல் போனில் திறந்து அனுபமாவுக்கு காட்டினார். அது ஓட்டல்களிலிருந்து உணவை கொண்டு போய் கஸ்டமர்களிடம் சேர்க்கும் நிறுவனத்தின் விளம்பரம். இவர்கள்தான் அந்த விளம்பரத்தை எடுத்தவர்கள். உன்னிப்பாக அந்த விளம்பரத்தை கண்கொட்டாமல் பார்த்த அனுபமா, அவர்களையே அணுகலாம், ஒப்புக்-கொள்ளாவிட்டால் வேறு மாடலைத் தேடலாம் என்றாள். அந்த பெண்மணியின் டெலிபோன் நம்பரை வாங்கிக் கொண்டு, மறுநாள் மேற்கொண்டு பேசலாம் என்பதுடன் அன்றைய மீட்டிங் முடிந்தது.

தன் காரியதரிசி அந்த பெண்மணியை அழைக்கும் போது அனுபமாவும் அருகிலேயே நின்று கொண்டிருந்தாள். ஃபோனை எடுத்தது பத்மாவதி என்ற பெண். குரலை வைத்து பார்க்கையில் இவளும் அறுபதுகளில் தான் இருப்பாள் என்று தோன்றியது. விஷயத்தை கேட்டுக் கொண்ட பத்மாவதி, தன் எஜமானியம்மாள் சுமித்ராதான் விளம்பரங்களில்

எப்போதாவது நடித்துக் கொண்டிருப்பதாகவும் தற்போது அதையும் குறைத்து விட்டதாகவும் தெரிவித்தாள். அனுபமா தானே சுமித்ராவுடன் பேச வேண்டும் என்று கேட்டுக் கொண்டதின் பேரில், தற்போது மிகவும் நேரமாகிவிட்டதால் அவர்கள் ஓய்வெடுத்துக்கொண்டு தூங்குவதற்கு போய் விட்டதையும், மறுநாள் தொடர்பு கொள்ளும்படியும் சொல்லிவிட்டாள். அனுபமாவுக்கு சற்று கோபம் வந்தாலும், விளம்பரத்தில் பார்த்த அந்த பெண்மணிமேல் ஏதோ இனம் புரியாத ஈர்ப்பு இருந்ததால், மறுநாள் வரை காத்திருக்க உத்தேசித்தாள். அவளுக்கும், இடையே தன் கணவனை சம்மதிக்க வைக்க வேண்டிய வேலையிருக்கிறதே! அன்று ஆபிஸிலிருந்து திரும்பும் போது மிகவும் நேரமாகிவிட்டிருந்தது. வீட்டிற்கு வந்து உடைகளை மாற்றிக்கொண்டு லேசாக இரவு உணவை சாப்பிட்டு விட்டு, டாக்டர் சுந்தரத்தின் அறைக்குள் நுழைந்தாள் அனுபமா. புத்தகத்தை படித்துக் கொண்டே, பாதி தூக்கத்தில் இருந்த சுந்தரம், அனுபமாவை பார்த்து 'ஹாய் அனு, எப்படி இருக்கிறாய்? ஒரு மாதத்துக்கு மேல் ஆகி விட்டதல்லவா, அமெரிக்காவில் மகளும், மருமகனும் நன்றாக இருக்கிறார்களா' என்று விஜாரித்தார். எல்லாவற்றிற்கும் பதிலளித்து விட்டு அனுபமா கடைசியாக தான் வந்த வேலைக்கு அஸ்திவாரம் போடத் தொடங்கினாள்.

தான் அமெரிக்கா சென்று வந்ததின் நோக்கத்தையும் உற்பத்தியை பெருக்குவது, அதிக அளவில் வெளி-நாடுகளுக்கு ஏற்றுமதி செய்வது, விளம்பரம் மற்றும்

குறும்படம் தயாரிப்பது என்ற பல யோசனைகளை செயல்படுத்த வேண்டும் என்பதையும் சொன்னாள். ‘உன்னுடைய முயற்சிகளுக்கு வாழ்த்துக்கள் அனுபமா, என்னால் ஆன மட்டும் உதவிகள் செய்கிறேன். என் தொழிலைப்பற்றித் தான் உனக்கு தெரியுமே, நேரம் கிடைப்பது தான் அரிது’ என்றார், ‘உதவி’ என்ற வார்த்தையை கெட்டியாக பிடித்துக் கொண்டு, சுந்தரமே அந்த குறும்படத்தில் நடிக்க வேண்டும் என்றும் சொன்னாள், ‘விளையாடுகிறாயா அனுபமா, இந்த வயதிலா, நான் விளம்பரப் படத்தில் நடிப்பதா’ என்று சிரித்துக் கொண்டே கேட்டார். “இப்போது தானே நீங்கள் உதவி செய்வதாகச் சொன்னீர்கள், இதற்கு அதிக நேரமோ, முயற்சியோ தேவையில்லை, எல்லாவற்றையும் விளம்பர ஏஜென்ஸி நிறுவனத்தார் பார்த்துக் கொள்வார்கள். நீங்கள் ஒருநாள் வந்து கேமரா முன் இயற்கையாக நின்று கொண்டு அந்த டைரக்டர் சொல்வது போல செய்யுங்கள். உங்களுக்கே பிடிக்கவில்லையென்றால் விட்டு விடுங்கள்’’ என்றாள். கடைசியில் கண்களில் நீரைத்தேக்கி, கீழே விழாமல், புடவை தலைப்பால் துடைத்துக்கொண்டே, ஒரு வழியாக அவரிடம் சம்மதம் வாங்க இரவு பதினோரு மணிக்கு மேலாகியது.

சுமித்ராஅம்மா அனுபமாமேடத்துடன் பேச வேண்டும் என்ற விண்ணப்பத்துடன் மறுநாள் பத்து மணியளவில் பத்மாவதியிடம் இருந்து ஒரு டெலிபோன் வந்தது. டெலிபோனில் சுமித்ராவின் குரல் மிகவும் இனிமையாக இருந்தது. சுருக்கமாக விஷயத்தைச் சொன்ன அனுபமா,

எல்லா விவரங்களையும் விரிவாக எடுத்துச்சொல்ல, அவளை ஆபிஸுக்கு வரும்படி அழைத்தாள். தானே காரை அனுப்புவதாகவும் சொன்னதால் சுமித்ரா மறுக்க முடியாமல் வர சம்மதித்து தன் விலாசத்தையும் கொடுத்து மதியம் மூன்று மணிக்கு மேல் வந்தால் நல்லது என்றும் பணிவுடன் சொன்னாள். டிரைவர் மாரிமுத்து, மூன்று மணிக்கு அவர்கள் வீட்டு வாசலில் தயாராக காத்திருந்தான். சுமித்ராவும், பத்மாவதியும் காரில் ஏறியதும், ஆபிஸை நோக்கி விரைந்தது அந்த கார். காரின் அமைப்பைப் பார்த்தே அந்த கம்பெனியின் பொருளாதாரத்தை அவர்கள் ஒருவாறு யூகித்தனர்.

விளம்பரப்படத்தில் பார்த்த போட்டோவை விட சுமித்ரா நேரில் பல மடங்கு அழகாக இருக்கிறாள் என்று பார்த்த உடனே தெரிந்தது அனுபமாவுக்கு. அங்கங்கே நரைத்த தலைமுடி, அதைப்பற்றி கவலைப்படவில்லை என்ற பார்வை, காதருகில் விழுந்த முடிக்கற்றையை லாவகமாக பின்னுக்குத் தள்ளிய பாணி, சிவப்பும் ஆரஞ்சும் கலந்த நிறத்தில் நெற்றியில் சற்று பெரியதாகவே வட்டமான சாந்து பொட்டு. கண்களின் கீழ் இமையில் மை பூசியிருக்கிறாளா, இல்லையா என்று சந்தேகம். உடுப்புக்கு ஏற்ற நிறத்தில் மிக லேசாக உதட்டுச்சாயம், காதுகளில் வைரம் டாலடித்து, கண்டிப்பாக அந்த காலத்து புளுஜாகர் என்று தெரிந்தது. நல்ல உயரம், தழையத் தழைய பாங்காக சேலையை கட்டியிருந்ததால், செருப்பின் உயரத்தை கண்டுபிடிக்க முடியவில்லை. பெரிய கண்கள் சற்று துறுதுறுப்பாகவே இங்குமங்கும் பார்த்துக் கொண்டிருந்தது. சிரிக்கும்

போது பளிச்சென்று தெரிந்த சீரான பல்வரிசை. சீராக வெட்டப்பட்ட விரல் நகங்கள், அதிகமில்லாமல் இரண்டு கைகளிலும் இரண்டிரண்டு வளையல்கள். கட்டியிருந்தது வாயில் புடவையாகவே இருந்தாலும், சுமித்ரா போன்ற அழகான பெண்மீது படர்ந்து அந்த புடவைக்கே ஒரு தனி மெருகைக் கொடுத்தது.

போதும் நமக்குத் தேவையான நாயகி கிடைத்து விட்டாள், இனிமேலும் ஆராய்ச்சி செய்து கொண்டிருக்க வேண்டாம் என்று முடிவெடுத்த அனுபமா, அவர்களை தன் அறையில் சவுகரியமாக உட்காரும்படி சொன்னாள். தம் கம்பெனி எந்த தொழிலில் ஈடுபட்டுக் கொண்டிருக்கிறது என்பதையும், அதில் ஒரு விற்பனைப் பொருளான “ஸ்பார்க்கிளிங் வாட்டர்” என்ற உயர்ரக தண்ணீர் பாட்டிலுக்கு விளம்பர மாடலை தேடிக் கொண்டிருப்பதாகவும் விவரமாக எடுத்துச்சொன்னாள். அதிகம் படித்தவள் போல தெரிந்த சுமித்ராவுக்கு ஒயினுக்கும் மற்ற மதுபானங்களுக்கும் அதிக வித்தியாசம் இருப்பதை கூடுதல் விவரமாகச் சொல்லத் தேவை-யிருக்கவில்லை. சுமித்ரா தான்இப்போதெல்லாம் அதிகம் விளம்பரங்களில் நடிப்பதில்லை என்பதையும் நாசூக்காக தெரிவித்து விட்டாள். ‘இது ஒரு புது அனுபவம் போல இருக்கும், அதிக நேரமும் எடுத்துக் கொள்ள மாட்டோம், ஓரிரு தினங்களில் படப்பிடிப்பு முடிந்து விடும்’ என்று சொல்லி சம்மதத்தையும் வாங்கிக் கொண்டாள். ஊதியத்தைப் பற்றி அதிகம் நேரடியாகப் பேசவில்லை. அதை விளம்பர ஏஜென்ஸியே பார்த்துக்கொள்ளும்.

காசோலையில் பெயர் சரியாக எழுத வேண்டும் என்பதற்கு ஆதார் கார்டை வாங்கிப் பார்த்ததும் தெரிந்தது சுமித்ராவுக்கு வயது அறுவதை நெருங்குகிறதென்று. அவர்களால் நம்ப முடியவில்லை. அந்த வயதுக்கு அவள் மிகவும் இளமையாகவே இருப்பதாகத் தோன்றியது அனுபமாவுக்கும் அவள் காரியதரிசிக்கும். இரண்டு நாட்களில் மற்ற ஏற்பாடுகளைச் செய்து விட்டு அவளை அழைப்பதாகக் கூறி விடை கொடுத்தனர். திரும்பி வந்த டிரைவர் மாரிமுத்து மூலம், அவர்கள் ஒரு சிறிய வளாகத்தின் கீழ்பகுதியில் வசிப்பதும், மேலே உள்ள நான்கு ஃபிளாட்களும் அவளுக்கே சொந்தம் என்றும், வரும் வாடகையில் வாழ்க்கை நடத்திக் கொண்டிருப்பதாகவும், மேலும் விஷயங்கள் தெரிந்தன. நடுவில் டாக்டர் சுந்தரத்தையும் அனுபமா இடையிடையில் பேசி வாக்கு மீறாமலிருக்க முயற்சித்துக் கொண்டிருந்தாள். அடுத்த ஞாயிறு மதியம் மூன்று மணிக்கு மேல் சம்பந்தப்பட்டவர்கள் அனைவரையும் அனுபமா தன் அலுவலகத்துக்கு வரவழைத்தாள். சற்று முன்னே வந்த சுந்தரம் அன்றைய தினசரியில் மூழ்கி விட்டார். சுமித்ராவும் துணைக்கு பத்மாவதியும் சிறிது நேரத்தில் வந்தனர். விளம்பர ஏஜென்ஸியின் ஆட்கள், கேமரா, லைட், நீண்ட ஒயர்கள் சகிதம் உள்ளே நுழைந்ததும் அறிமுகப்படலம் ஆரம்பமாகியது.

விளம்பர ஏஜன்ஸியின் தலைவர் போன்ற ஒருவர், டைரக்டராக இருக்க வேண்டும், எல்லோரையும் பார்த்து பொதுவாக பேச ஆரம்பித்தார். “இந்த விளம்பரப்

படத்துக்கும், சினிமாவுக்கும் நிறைய வித்தியாசங்கள் இருக்கின்றன, அவர்கள் இரண்டு மணி நேரத்தில் சொல்லும் கருத்தை நாம் நாற்பதிலிருந்து எண்பது வினாடிகளுக்குள் சொல்லி முடிக்க வேண்டும். அதனால் கேமரா முன்னால் இருப்பவர்களும் பின்னே நின்று பணிபுரிபவர்களும் மிகவும் ஈடுபாட்டுடன் நடந்தால் தான் வேலை சிறப்பாக முடியும்'' என்று சொன்னார். ஒரு கேமராவிலேயே எல்லா காட்சிகளையும் படமாக்க வேண்டியிருப்பதால், அதையே திரும்பத் திரும்ப செய்வது போலத் தோன்றும் என்றும், முன்பு கொடுத்த அதே உணர்ச்சியை மீண்டும் கொண்டுவர வேண்டும் என்பதையும் வலியுறுத்தினார். டாக்டர் சுந்தரத்தையும், சுமித்ராவையும் நோக்கி "நீங்கள் இருவரும் தனியே ஒரு இடத்தில் அமர்ந்து சாதாரணமாகப் பேசிக்கொண்டு சற்று கூடுதலாக பரிச்சயம் செய்து கொண்டால் கேமரா முன்பு வெட்கப்படாமல் இயல்பாக நடிக்க முடியும்'' என்று தெளிவாகச் சொன்னார். சற்று தயக்கத்துடன் டாக்டரும், இயல்பாக சுமித்ராகவும் அந்த அறையிலேயே ஒரு ஓரத்தில் உட்கார்ந்து என்ன பேசுவது என்று தெரியாமல் ஓரிரு நிமிடங்கள் மௌனம் காத்தனர். அந்த சில நொடிகளில் தான் டாக்டர் சுந்தரம் சுமித்ராவை முழுமையாக நேரே பார்த்தார். அனுபமா சுமித்ராவை முதன் முதலில் பார்க்கும் போது எழுந்த அதே நினைவலைகள். இன்று படப்பிடிப்பு இருந்தாலும் இருக்கலாம் என்று எண்ணிய சுமித்ரா சற்று கூடுதலாக ஒப்பனையுடன் வந்திருந்தாள். அவ்வப்போது பத்மாவதி வியர்வையை ஒத்தி எடுத்தும், சற்று குறைவாக

தண்ணீர் கொடுத்தும், அவள் மீது ஒரு கண்ணை வைத்துக் கொண்டேயிருந்தாள். மெதுவாக பேச்சை ஆரம்பித்த சுமித்ரா, தான் ஏற்கனவே சில விளம்பரப்படங்களில் நடித்திருப்பதாகவும், இப்போதெல்லாம் அதிகம் வெளியே வருவதேயில்லையென்றும் சொல்லிக் கொண்டிருந்தாள். எல்லாவற்றையும் கேட்டுக் கொண்ட டாக்டர் சுந்தரம், இங்கும், அங்கும் தலையை அசைத்து, ஒரே வார்த்தையில் பதிலளித்துக் கொண்டிருந்தார். இதை தூரத்திலிருந்து கவனித்துக் கொண்டிருந்த அனுபமா, டாக்டர் சுந்தரத்திடம் வந்து, "நீங்கள் சாதாரணமாக பேச முயற்சிக்கவில்லை என்றால், எடுத்த காட்சிகளையே மீண்டும் மீண்டும் எடுக்க வேண்டி வரும். வீட்டில் என்னுடன் பேசாமலிருப்பது போல இங்கேயும் அப்படி இருக்காதீர்கள்" என்றாள். அது சுமித்ராவின் காதுகளிலும் விழுந்தது.

குறும்பட டைரக்டரும், அனுபமாவும் அவளது அறைக்குச் சென்று எடுக்க வேண்டிய காட்சிகளைப் பற்றி விவாதித்துக் கொண்டிருந்தார்கள். கையெழுத்துப்பிரதி இருவராலும் ஒப்புதல் பெற்ற பிறகு நடிகர் நடிகைகளுக்கு கொடுக்க வேண்டும். வசனங்கள் மிகவும் குறைவு. எல்லாமே பார்வையால் தெரியப்படுத்த வேண்டிய சூழ்நிலை. இந்த குறும்படத்தை எடுக்க குறைந்தது இரண்டு நாட்களாவது ஆகும் என்றும், அவர்களுக்கு மூன்று அல்லது நான்கு உடைகள் தேவைப்படும் என்றும் முடிவாகியது. டாக்டரின் அலமாரியில் துணிகளுக்கு பஞ்சமில்லை. சுமித்ராவைப் பற்றி தெரியவில்லை.

கேட்கும்போது தன்னிடமும், கதைக்கு தேவையானபடி புடவைகள் இருப்பதாகவும், தனியாக வாங்க வேண்டாம் என்றும் சொல்லிவிட்டாள். ஆனால் ஆரம்பத்திலும், முடிவிலும் இவர்கள் விளம்பரப்படுத்தும் பொருட்களின் நிறத்துக்கு ஏற்றாற்போல் ஒரு செட் உடையாவது வேண்டும் என்று டைரக்டர் தீர்மானித்ததால், அனுபமாவே தன் காரியதரிசியுடன் கடைக்குச் சென்று வாங்கி வருவதாக சொல்லிவிட்டாள். இவையெல்லாம் பேசி முடிக்க இரவு பத்து மணிக்கு மேல் ஆகி அன்று படப்பிடிப்பு சாத்தியமில்லாமல் போனது. விளம்பர ஏஜென்ஸி தன் குழுவுடன் அடுத்த நாள் வருவதாகச் சொல்லி விட்டு கிளம்பிவிட்டார்கள்.

டிரைவர் மாரிமுத்து சுமித்ராவையும், பத்மாவதியையும் கொண்டு போய் அவர்கள் வீட்டில் விட்டு விட்டு பிறகு அனுபமாவை வீட்டிற்கு கொண்டு போய் விடுவதாக ஏற்பாடு. கடையில் புதிய உடுப்புகளையும் வாங்க வேண்டியிருந்ததால் அனுபமா டாக்டர் சுந்தரத்திடம் சுமித்ராவை அவள் வீட்டில் விட்டு விட்டு போக முடியுமா, அதற்குள் தான் மாரிமுத்துவுடன் கடைக்குச்சென்று தேவையானவைகளை வாங்கிக் கொண்டு வீட்டிற்கு வந்து விடுவதாகவும் சொன்னாள். ஒப்புக்கொண்ட டாக்டர் சுந்தரம் தன் காரில் சுமித்ராவையும், பத்மாவதியையும் அழைத்துக்கொண்டு புறப்பட்டார். வீட்டின் உள்ளே வருமாறு அழைத்த சுமித்ராவிடம், இன்று மிகவும் நேரமாகி விட்டது, அடுத்த முறை பார்க்கலாம் என்று சொல்லிவிட்டு விடை பெற்றுக்கொண்டார். வழியெல்லாம் சுமித்ராவின்

நினைவும், அவள் தலையில் வைத்துக்கொண்டிருந்த மல்லிகைப்பூவின் மணமும் அவரை பல வருடங்களுக்குப் பிறகு விவரம் தெரியாத ஒரு சந்தோஷத்தில் ஆழ்த்தியது. வீட்டிற்கு வந்த சில நிமிடங்களில் அனுபமாவும் வந்து விட்டாள். வெளிர்பச்சையில் முழுக்கை சட்டையும், உறுத்தாத பேஜ் நிறத்தில் பேண்ட்டும், அதற்கு ஏற்றாற்போல அதே நிறத்தில் சுமித்ராவுக்கு புடவையும் வாங்கிக் கொண்டு வந்ததை அவரிடம் காட்டினாள். டாக்டர் சுந்தரம் மெதுவாக அவளிடம் "நீ அந்த பெண்மணி எதிரில் என்னிடம் அப்படி பேசியிருக்க வேண்டாம் அனு" என்று சொன்னதை கேட்காத மாதிரி அலட்சியமாக தன் அறைக்குச் சென்றுவிட்டாள்.

அடுத்தமுறை எல்லோரும் சந்திக்கும் போது சில முக்கிய காட்சிகளை, ஆபிஸ் உள்ளேயே எடுக்க தீர்மானித்தார் டைரக்டர். இவர்கள் அமர்ந்திருக்கும் சோபாவின் எதிரில் இவர்கள் கம்பெனியின் உயர்ரக தண்ணீர் பாட்டில் சற்று பின்னால் ஃபோகசிலும், துல்லியமாகத் தெரியாதவாறு ஒரு திராட்சைரச மதுபாட்டிலும் வைக்கப்பட்டிருந்தது. இருவருடைய உடைகளும் கச்சிதமாக பொருந்தி, கேமராவில் தெரியும் அத்தனை பொருட்களிலும் ஒரு வெளிர்பச்சை மிக லேசாக தெரிந்தும் தெரியாமலும் இருந்தது. இருவரையும் பல கோணங்களில் படம்பிடித்துக் கொண்டு பின் அவர்களுக்கு பேச வேண்டிய வசனங்களையும் எப்படி பேச வேண்டும் என்பதை செய்து காட்டியும், அவர்களை தயார்படுத்தினார்கள். சிரித்துக் கொண்டே தன் வசனத்தை பேசியபடி டாக்டர் சுந்தரம்,

சுமித்ராவின் அருகில் வந்து தன்இரு கைகளாலும் அவளது முகத்தை தாங்கிப்பிடித்துக் கொள்வது போல காட்சி அமைப்பு, மூன்று முறை செய்த பின்பும், டைரக்டருக்கு திருப்தி ஏற்படவில்லை. அவர் எதிர்பார்த்தது, டாக்டர் சிரித்துக்கொண்டே வசனத்தை பேசிய பின் சுமித்ராவின் அருகில் நிற்கும் போது, அவளும் சற்று அதிகமாகவே சிரித்து, கேமராவுக்கு எதிரே தெரியும் ஒரு கண்ணிலிருந்து சற்று கண்ணீர் வர வேண்டும் என்றும், அதை டாக்டர் சுந்தரம், கீழே விழும்முன் தன் விரலால் ஒற்றியெடுத்து விட வேண்டும் என்பதே! சுமித்ரா அழகாகத் தன் வேலையைச் செய்தாள். ஆனால் டாக்டர் சுந்தரம் மட்டும் ஒவ்வொரு முறையும் ஏதாவது தவறு செய்து கொண்டிருந்தார். ஒரு முறை வசனத்தை மறப்பதும், இரண்டாம் முறை சிரிக்க மறப்பதும், மூன்றாம் முறை கன்னத்தை நெருங்கும் போது கைகள் நடுங்குவதும் என்று பல டேக்குகள் வாங்கிக் கொண்டிருந்தார். இன்று இது போதும், அடுத்த முறை படப்பிடிப்பை நாம் திராட்சைத் தோட்டத்திலும், இவர்களது விற்பனைப் பொருளான ஸ்பார்க்கிளிங் வாட்டர் விற்கப்படும் ஒரு பெரிய சூப்பர் மார்க்கெட்டிலும் எடுப்பதாக முடிவெடுத்தார். இம்முறை டாக்டரும் அனுபமாவும் அவரது காரில் பயணம். மாரிமுத்து, சுமித்ரா பத்மாவதி சகிதம் பென்ஸில் பயணம். வழியில் அனுபமா “என்னங்க, சாதாரணமாக ஒரு சின்ன காட்சியைத் தானே நடிக்கச் சொன்னார் அதற்கு ஏன் இவ்வளவு நேரம் எடுத்துக் கொள்கிறீர்கள்” என்றவளுக்கு அவரால் என்ன பதில் சொல்ல முடியும்.

இரண்டு நாட்கள் தொடர்ந்து ஆஸ்பிடலுக்கு போகாததால் அவருக்கு இருப்பே கொள்ளவில்லை. நாம் படப்பிடிப்பை இந்த வார இறுதிக்கு வைத்துக் கொள்ளலாம் என்று மட்டும் சொல்லி தப்பித்துக் கொண்டார். அடுத்த நான்கு நாட்களிலும் ஆஸ்பிடலிலேயே நீண்ட நேரம் தங்கி மதிய உணவைக் கூட அங்கேயே வரவழைத்து சாப்பிட்டு விட்டு தன் வேலையில் கவனமானார்.

சனிக்கிழமை வேறு உடுப்புகளில் திராட்சைத் தோட்டத்தில் படப்பிடிப்பு. இருவரும் கைகோர்த்துக் கொண்டு போவது போலவும், அவரது தோளில் சாய்ந்து கொள்வது போலவும் காட்சி அமைப்பு. அது கேமராவிலிருந்து சற்று தூரத்தில் அமைக்கப்பட்ட காட்சி ஆகையால் அன்று படப்பிடிப்பு அதிக சிரமமில்லாமல் முடிந்தது. அன்று மாலையே சூப்பர் மார்க்கெட்டில் படப்பிடிப்பு. சுமித்ரா வேறு பிராண்ட் தண்ணீர் பாட்டிலை எடுக்க முயற்சிப்பதாகவும், பின்னாலிருந்து வேகமாக வரும் டாக்டர் அவள் கையை பிடித்து மெதுவாக இழுத்து, இவர்கள் கம்பெனி தண்ணீர் பாட்டிலிடம் கொண்டு செல்வதாகவும் காட்சி அமைப்பு. இதிலும் அதிக சிரமம் இருக்கவில்லை. இனி மறுநாள் முக்கியமாக எடுக்க வேண்டிய கடைசி காட்சியும், இதுவரை எடுத்த காட்சிகளுக்கு ஏதாவது குறையிருந்தால் அதை திரும்ப எடுக்கவும் திட்டமிட்டார் டைரக்டர். தன் அலுவலகத்துக்கு சென்று எல்லா காட்சிகளையும் திரும்பத் திரும்ப போட்டுப் பார்த்ததில், டாக்டர் கொஞ்சம் கூச்சமாகவே இருப்பதாகப்பட்டது. நெருக்கமாக இருந்தும், ஏதோ

சொல்லிக்கொடுத்து செய்வது போல இருந்தது. தான் டாக்டரிடம் தனியாகப்பேசி இதை எப்படியாவது சரி செய்யலாம் என்று நினைத்துக்கொண்டார். மறுநாள் டாக்டர் சற்று ஓய்வாக இருக்கும் போது, யாருக்கும் தெரியாமல் அவரை ஒரு தனியிடத்துக்கு அழைத்துச் சென்று தன் மனதில் உள்ளதை வெளிப்படையாகச் சொன்னார். ஆனால் டாக்டரின் பதில்தான் அவருக்கு அதிர்ச்சியைக் கொடுத்தது. "நான்இதுபோல உணர்வுகளை இழந்து பல வருடங்களாகி விட்டது சார், என்னால் நீங்கள் எதிர்பார்க்கும் நடிப்பை, அது நடிப்பாகவே இருந்தாலும் கூட, வெளிப்படுத்த முடியவில்லை" என்றார். இனிமேலும் பேசினால் வம்பாகிவிடும். நமக்கு பணம் தானே முக்கியம், நம்மால் சொல்ல முடிந்ததை சொல்லி விட்டோம். இனி இவர்களால் எவ்வளவு நெருக்கமாக நடிக்க முடியுமோ அதுபோலவே இருந்துவிட்டு போகட்டும். பின்னணி இசையில் சமாளித்துக் கொள்ளலாம். பழைய யுக்தியை பயன்படுத்தி பூக்களையோ, இவர்களது தோட்டத்து திராட்சைகளையோ காட்டி சமாளித்து விடலாம் என்று தீர்மானித்தார்.

மறுநாள் எடுத்த காட்சிகளில் அதிசயமாக இருவருமே ஒன்றி இயற்கையாக நடித்தனர். இன்று தான் கடைசிநாள் என்ற ஆதங்கமோ? அவர் எதிர்பார்த்தபடி வந்து விட்டதால், இருவரையும் முதல்நாள் படப்பிடிப்பில் போட்டுக் கொண்ட உடைகளுடன் மீண்டும் அந்த முதல் காட்சியை வேறு கோணத்திலிருந்து படமாக்கினார். ஒரு வழியாக படப்பிடிப்பு முடிந்து, சுமித்ராவின் கையில்

அவள் எதிர்பார்த்ததற்கும் மேலாக ஒரு தொகை எழுதப்பட்ட காசோலை கொடுக்கப்பட்டது. முடிவில் அனுபமா, "நீங்கள் கேட்கும் போதெல்லாம் படப்பிடிப்புக்கு வந்து ஒத்துழைத்தும், நன்றாக நடித்தும் எங்களுக்கு உதவியதற்கு நன்றி. நீங்கள் இப்போது உடுத்தியிருக்கும் புடவையையும் எங்கள் அன்பளிப்பாக வைத்துக் கொள்ளுங்கள்'' என்று சொல்லி வழியனுப்பினாள்.

மறுநாள் டாக்டர் சுந்தரத்துக்கு கைபேசியில் ஒரு அழைப்பு. அழைத்தது பத்மாவதி, "டாக்டர்சார், சுமித்ராஅம்மா உங்களுடன் பேச வேண்டுமென்று விருப்பப்படுகிறார். உங்களுக்கு எப்போது சமயம் கிடைக்கிறதோ அப்போது அவர்களுடன் இந்த எண்ணில் தொடர்பு கொண்டு பேசலாம், அல்லது வீட்டிற்கு வரலாம்'' என்று சொல்லிவிட்டு, அவர் என்ன பதில் சொல்கிறார் என்று கேட்காமல் போனை வைத்து விட்டாள். சற்று குழம்பிய டாக்டர் சுந்தரம், அன்று மாலை வீடு திரும்புவதற்கு முன்பு ஒருமுறை போய் பார்த்து விட்டு வந்தால் ஆயிற்று என்று நினைத்தார். வேலை மும்முரத்தில் மறந்தும் போய்விட்டார். மறுநாள் மாலை நினைவு வந்தவராக, தன் வீட்டிற்குச் செல்லாமல் சுமித்ராவின் வீட்டை நோக்கி பறந்தது அவரது கார். அழைப்பு மணியை அழுத்தியதும் சிறிது நேரத்தில் திறந்த கதவருகே பிரமித்து நின்ற சுமித்ரா அவர் வரமாட்டார் என்றே நினைத்ததால் நிலை குலைந்து சமாளிக்கப் பார்த்தாள். கால்கள் நடுங்கி தரையில் நிற்க முடியாமல், கைப்பிடிக்கு தாங்குதலாக எதுவும் இல்லாததால்,

தடாலென்று பின்னால் சரிந்து விழுந்தாள். அவள் தலையின் பின்புறம் கூர்மையான சென்டர் டேபிளின் நுனியில் வேகமாக மோத, மல்லாக்க விழுந்தாள். அந்த சமயம் பார்த்து வெளியிலிருந்து காய்கறிகள் வாங்கிக் கொண்டு வந்த பத்மாவதி டாக்டரின் பின்பக்கம் ஒரு கணம் ஸ்தம்பித்து நின்றாள். டாக்டருக்கும் சுதாரிக்க சில நொடிகள் ஆகியது. பத்மாவதி டாக்டரிடம் "எப்போதாவது மன உளைச்சலில் இருக்கும் போது இவர் நிலை தடுமாறி கீழே விழுந்து விடுவது உண்டு. யார் வந்தாலும் நீங்கள் தனியாக எழுந்து வந்து கதவைத் திறக்க வேண்டாம் என்று சொல்லி விட்டுத்தான் கடைக்குப் போனேன். வருவதற்குள் இப்படியாகிவிட்டது'' என்று அங்கலாய்த்தாள். டாக்டர் முதல் வேலையாக நாடித் துடிப்பு சீராக இருக்கிறதா என்று பார்த்தவர் அதிர்ச்சி அடைந்தார். நாடித்துடிப்பு மிகவும் மோசமாகிக் கொண்டே போனது. இன்னும் சில நிமிடங்களில் சிபிஆர் என்ற முதலுதவி சிகிச்சை கொடுத்து மருத்துவமனைக்கு அழைத்துக்கொண்டு போகவில்லையென்றால் பிழைப்பது கடினம் என்று அந்த அனுபவம் மிகுந்த டாக்டருக்கு தெரிந்தது. சிபிஆர் செய்ய பக்கத்தில் யாருமில்லை. பத்மாவதி ஏற்கனவே பயத்தில் உறைந்து, தனக்கே மருத்துவ உதவி தேவை என்பது போல ஒன்றும் செய்ய முடியாமல் அழுது கொண்டிருந்தாள். ஆபத்துக்கு பாவமில்லை என்று டாக்டர் சுந்தரம் சிபிஆர் செய்து நுரையீரலுக்கு பிராண வாயுவைக் கொடுத்து தன் கைகளால் அவள் நெஞ்சில் மூன்று முறை அழுத்தியதும் திடீரென்று சுமித்ரா

கண்விழித்தாள். இருவரும் அவளை மெல்ல தூக்கிக் கொண்டு படுக்கையில் கிடத்தியபின், தன் ஆஸ்பிடலின் ஆம்புலன்சை அந்த வீட்டிற்கு உடனடியாக வரும்படி சொல்லிவிட்டார். அடுத்த ஏழே நிமிடத்தில் ஆம்புலன்ஸ் வந்ததும் டாக்டர் அவளை படுக்கையிலிருந்து தலையைப் பிடித்து தூக்கும் போதுதான் தெரிந்தது பின் மண்டையில் பலத்த காயம் என்று. ரத்தப்பெருக்கினால் தலையணை முழுவதும் சிவந்திருந்தது. அவளையும், பத்மாவதியையும் ஆம்புலன்ஸில் ஏற்றிவிட்டு, தன் உதவியார்களுக்கு டெலிபோனிலேயே பல உத்தரவுகளையும் கொடுத்தார். தான் இன்னும் பத்து நிமிடங்களில் ஆஸ்பத்திரிக்கு வருவதாகவும், மண்டைக் காயத்துக்கு தையல் போட ஏற்பாடுகள் செய்யுமாறும் சொல்லிவிட்டு மற்றபடி முறையாக முதலுதவிகள் எல்லாவற்றையும் செய்யும்படி சொன்னார்.

ஆஸ்பத்திரியை அடைந்ததும் அறுவை சிகிச்சை அறையில் தயாராக இருந்த சுமித்ராவுக்கு பின் மண்டையில் ஐந்து தையல்கள் போட்டு, மயக்க மருந்து கொடுத்து, சலைன் வாட்டர் ட்ரிப்ஸில் ஏற்றும்படி சொல்லிவிட்டு, விரைவில் எம்ஆர்ஐ, சிடி போன்ற ஸ்கேன்கள் எடுக்கும்படியும் சொல்லிவிட்டு தன் அறைக்குத் திரும்பினார். தன் இருக்கையிலேயே கண் அயர்ந்தவர்தான், எழுந்திருக்கும் போது அதிகாலை ஐந்து மணியாகியிருந்தது. சுமித்ராவின் உடல்நிலை சற்று தேறியிருந்தாற்போல் தோன்றியது. தானே ஸ்கேனிங் அறைக்குச் சென்று எல்லா பரிசோதனைகளும் முடிந்த

பின் அவளை பத்திரமாக வார்டிற்கு அனுப்பி விட்டு தன் அறைக்கு வரும்போது ஸ்கேன் முடிவுகளும் வந்தன. நல்ல வேளையாக பயப்படும்படி ஒன்றும் இல்லை. எல்லா நரம்புகளும், எலும்புகளும் பத்திரமாக தத்தம் இடங்களில் இருப்பதைக் காட்டியது ஸ்கேன் முடிவுகள்.

இவ்வளவு நேரம் டாக்டர் வீட்டிற்கு வராததை கவனித்த அனுபமா ஆஸ்பத்திரிக்கு போன் செய்து விசாரித்து எல்லா விவரங்களையும் தெரிந்து கொண்டாள். சில நாட்களாக டாக்டருடன் விளம்பரத்தில் நடித்த பெண்மணிக்கு தலையில் அடிபட்டு விட்டதாம், டாக்டர் அந்த அம்மா வீட்டிலேதான் இருந்தாராம் என்று பாதி உண்மையும், மீதி கற்பனையும் கலந்து ஆஸ்பத்திரி ஊழியர்கள் கதையளக்க தொடங்கினார்கள். விஷயம் அனுபமா காதுகள் வரை எட்டி அவள் கொதிக்கத் தொடங்கினாள். ரத்தக் கரையுடன் டாக்டர் தன் ஷர்ட்டை மாற்றாமலேயே வீட்டிற்கு சென்ற போது, அனுபமா அதை கவனிக்கத் தவறவில்லை. அடுத்த நான்கு நாட்கள் ஒரு கனத்த மௌனத்துடன் கடந்தது. டாக்டர் அவ்வப்போது வந்து சுமித்ராவைப் பார்த்து விட்டு போகத் தவறவில்லை.

தன் பெயர் மட்டும் நினைவில் இருப்பதாகவும், பத்மாவதியை நினைவு இருப்பதாகவும் சொன்ன சுமித்ரா, வேறு எதுவுமே தனக்கு நினைவில்லை என்றாள். இதுதான் நடக்கக்கூடாது என்று வேண்டிக்கொண்டிருந்த டாக்டர் சுந்தரத்துக்கு மேலும் ஒரு பேரிடி. மனோதத்துவ நிபுணர் டாக்டர் சசிரேகாவை வரவழைத்து பரிசோதிக்கச் செய்தார். அவர் பயந்தது போலவேதான் டாக்டர் சசிரேகாவும்

சொன்னாள். இவர்களுடைய பழைய நினைவுகளை துன்பப்படுத்தி நினைவு வைத்துக் கொள்ளச் செய்வதில் எந்த உபயோகமும் இல்லை. அப்படியே சில மாதங்கள் விட்டு விட்டால் நல்லது. நினைவு திரும்பினால் சரி, இல்லாவிட்டாலும் பாதகமில்லை என்று தன் பக்கத்து நியாயத்தை சொன்னாள்.

இடையில் அனுபமா தன் வேலையில் கவனம் செலுத்தி விளம்பர ஆவணப்படம் எல்லா டீ.வி.சேனல்களிலும் வருவதற்கு ஏற்பாடு செய்து விட்டாள். அந்த 80 நொடிகள் ஓடிய விளம்பரம் பார்வையாளர்களுக்கு பிடித்துப்போனதோடு அல்லாமல், மீண்டும் மீண்டும் பார்க்கத் தொடங்கினார்கள். மருத்துவமனையிலிருந்து பதினைந்து நாட்களில் வீடு திரும்பிய சுமித்ரா, தன் அறையை விட்டு வெளியே வருவதை நிறுத்திக் கொண்டாள். பொழுது போக்குக்காக இருக்கட்டுமே என்று டீ.வியை போடும் போது இவர்கள் அன்யோன்யமாக நடித்த விளம்பரப்படம். கண் கொட்டாமல் அதைப்பார்த்த சுமித்ரா இவரை பல நாட்களாக அந்த ஆஸ்பத்திரியில் பார்த்திருக்கிறோமே, இவருடன் பலஆண்டு காலம் வாழ்ந்திருப்பது போல ஏன் தோன்றுகிறது என்று நினைத்துக் குழம்பினாள். பத்மாவதியிடம் சொன்ன போதுதான் அவளுக்கு தன் தவறு புரிந்தது, டீ.வி.யை பார்க்க விடாமல் செய்திருக்க வேண்டுமென்று, இப்போது அதைப்பற்றி வருத்தப்பட்டு உபயோகமில்லை.

பத்மாவதி டாக்டர் வீட்டுக்கு போன் செய்த போது அதை எடுத்தது அனுபமா, அடுத்த முனையில் யார்

என்று தெரிந்து கொள்ளாமலேயே பத்மாவதி "டாக்டர் நீங்கள் இருவரும் நடித்த விளம்பரப் படத்தை சுமித்ரா அம்மா பார்த்து விட்டார்கள், நீங்கள் தான் தன் கணவர் என்று ஏதேதோ சொல்லிக் கொண்டிருக்கிறார். உடனே வர முடியுமா'' என்று கேட்டு போனை வைத்து விட்டாள். அப்போது ஆரம்பித்தது முப்பது வருடங்களுக்கு மேலாக புகைந்து கொண்டிருந்த எரிமலையின் லாவா என்னும் தீப்பிழம்பு. அடுத்த சில மணி நேரங்களில் அனுபமா தன் வக்கீலின் உதவியுடன் இரண்டு பேரும் சம்மதத்துடன் திருமண பந்தத்திலிருந்து விலகுவதாகவும், யாரும் யாரையும் குற்றம் சொல்லவில்லையென்றும் எழுதிய இரண்டு பதிவுகளை எடுத்துக் கொண்டு டாக்டர் சுந்தரத்தின் அறைக்குள் நுழைந்தாள். நிதானமாக படித்துப் பார்த்து டாக்டர் சுந்தரம் கையொப்பம் இட்டு அவளிடம் கொடுத்து விட்டு தன் பிரதியில் அவளது கையெழுத்தையும் பெற்றுக்கொண்டு, போட்டுக் கொண்டிருந்த உடைகளுடன் மட்டும் வெளியேறினார்.

சுமித்ராவின் வீட்டிற்கு வந்ததும், சுமித்ரா "இத்தனை நாட்கள் ஏன் என்னிடம் சொல்லவில்லை. விளம்பரப்-படத்தில் பார்த்ததிலிருந்து எனக்கு தெரிகிறது நீங்கள் என் மீது எத்தனை அன்புடனும், பாசத்துடனும் இருந்திருப்பீர்கள்'' என்றாள். இப்படியும் இந்த பிரச்சனைக்கு ஒரு முடிவா என்று வியந்த டாக்டர், சசிரேகாவிடம் பேசிய போது அவள் "சுமித்ராவின் இதயம் இப்போது மிகவும் பலவீனமாக இருப்பது என்னை விட உங்களுக்கு நன்றாகத் தெரியும். போதாததற்கு

மண்டையில் பட்ட அடி வேறு சேர்ந்து விட்டது. சில வருடங்களாவது சுமித்ராஅம்மா சந்தோஷமாகத் தான் இருந்து விட்டு போகட்டுமே, எனக்கு ஆஸ்பத்திரி சிப்பந்திகள் மூலம் உங்கள் விவாகரத்து பற்றியும் தெரிய வந்தது" என்றாள். சுமித்ராவை டாக்டர் சுந்தரம் நடிக்காமலேயே மெதுவாக அணைத்துக் கொண்டார். அது இயற்கையாகவே இருந்தது. டாக்டரின் இதயத்துடிப்பு துல்லியமாக சுமித்ராவின் காதுகளில் விழுந்தது. முப்பது வருடங்களுக்கு மேலாக இழந்த நிம்மதி மொத்தமாக திரும்பக்கிடைத்தது போன்ற ஒரு உணர்வு.

அனுபமா தான் செய்த பெரிய தவறை ஒப்புக்கொள்ளாமலேயே, தன் வர்த்தகங்களை பெருக்கத் தொடங்கினாள். அவர்கள் தோட்டத்தில் விளைந்த திராட்சைகள் சர்வதேச அளவில் புகழ் பெற்றிருந்தாலும், அவர்கள் வீட்டு சாப்பாட்டு மேஜையில் வைக்கப்பட்டிருந்த திராட்சைகள் மட்டும் ஏனோ இனிக்கவேயில்லை. கசந்து கொண்டு தான் இருக்கிறது. சுமித்ராவுக்கு மட்டும் தனக்கென்று ஒரு குழந்தை இல்லையே என்ற எண்ணம் மட்டும் வாட்டிக்கொண்டுதான் இருந்தது. நிறைவேறியதா? காலம் பதில் சொல்லுமா?

புதிய திருப்பம்

ஃ ஃ ஃ

டாக்டர் சுந்தரம் தான் போட்டுக்கொண்டிருந்த உடுப்புகளுடன் தன் பாக்கெட்டில் எவ்வளவு பணம் இருக்கிறது என்று கூட கவலைப்படாமல் அந்த அரண்மனை போன்ற பங்களாவை விட்டு வெளியேறினார். கையிலிருந்த விவாகரத்து பிரதி மழைத்தூரலில் நனைந்து விடாமலிருக்க பத்திரமாக தன் பேண்ட் பாக்கெட்டில் வைத்துக்கொண்டு கால் போன போக்கில் நடந்தார். இவர் கண்களிலிருந்து நீர் வரவில்லையென்றாலும், வானம் ஈடு செய்து மழைநீரை அவர் மீது தெளித்துக்கொண்டிருந்தது. அனுபமாவும், அவரும் பரஸ்பரம் ஒப்புக்கொண்டு விவாகரத்தை சுமூகமாக முடித்துக்கொண்டாலும், முப்பது ஆண்டுகளுக்கு மேலாக ஒன்றாக வாழ்ந்த வாழ்க்கை அல்லவா? நொடியில் மறப்பதற்கு முடியுமா? திருமணமானவுடன் ஷீலா பிறப்பு, திராட்சைத் தோட்ட பராமரிப்பு, தனியாகத் தொடங்கிய சிறிய டிஸ்பென்சரி விரிவாகி ஆஸ்பத்திரியாக மாறியது என்று ஓரிரண்டு ஆண்டுகள் சரியாகத் தான் போய்க்கொண்டிருந்தது. பின் சிறிது சிறிதாக அனுபமாவின் பிறவிக்குணம் வெளிப்பட ஆரம்பித்தது. பரம்பரை பணக்காரியான அனுபமா தன்

அப்பாவின் தயவால் படித்து டாக்டர் பட்டம் பெற்ற சுந்தரத்தை அப்பாவின் வற்புறுத்துதலில் திருமணம் செய்து கொண்டாள். அவரது மறைவிற்குப் பின் சுயகுணம் தலை விரித்தாடியது. திராட்சை தோட்டப் பராமரிப்பில் சுந்தரம் ஈடுபாடு கொள்ளாததும் ஒரு முக்கிய காரணம். தான் உண்டு தன் டாக்டர் தொழில் உண்டு என்று இருந்தவரின் குணம் அனுபமாவுக்கு பிடிக்கவேயில்லை. தான் எது சொன்னாலும் கேட்காததும், அவர் போக்கிலேயே தனித்து விடப்பட்டவர் போல இருந்தது நாளடைவில் அதிகமாகி சாதாரண பேச்சு வார்த்தைகளும் நின்று விட்டது. தன் மகள் ஷீலாவை வெளி நாட்டிற்கு அனுப்பி படிக்க வைக்க முயன்ற போது அவர் எவ்வளவோ தடுத்தும் அனுபமா கேட்கவில்லை. எடுத்தெறிந்தே பேசி பழக்கப்பட்ட அனுபமாவின் முன் சாது சுந்தரம் எம்மாத்திரம்! விளைவு வெளிநாடு சென்ற மகளிடம் கூட அன்புடன் நடந்து கொள்ள சந்தர்ப்பம் கிடைக்கவில்லை. இளமையில் ஷீலாவும் அம்மா சொல்வது தான் சரி என்னுமளவுக்கு மனநிலை கொண்டவளாக வளர்ந்தாள். எங்கு ஆதாயம் கிடைக்கும் என்று நன்றாகத் தெரிந்து வைத்திருந்த ஷீலா எப்பொழுதும் அம்மா சொற்படியே கேட்டு வளர்ந்தாள். அவளைப் போன்ற குணமுடைய தோழிகளே அவளுக்கு அமைந்தனர். சில நாட்களுக்குப் பின் சுந்தரம் இதைப்-பற்றியெல்லாம் கவலைப்பட்டு பயனில்லை என்று அறிந்து கொண்டு தன் வேலையில் முழு கவனத்துடன் ஈடுபட்டார்.

கால்கள் தன்னிச்சையாக சுமித்ராவின் வீட்டு வாசலில் வந்ததும் தான் நின்றன. எதேச்சையாக

கதவைத் திறந்த பத்மாவதி அதிர்ச்சியுடன் 'இந்த நேரத்தில் கொட்டும் மழையில் இங்கே எப்படி டாக்டர் வந்தீர்கள், தயவு செய்து உள்ளே வாருங்கள்' என்று மட்டும் சொல்லி விட்டு அவர் துடைத்துக் கொள்ள டவல் ஒன்றை எடுத்துக் கொண்டு ஓடிவந்தாள். சோபாவில் அமர்ந்து தன்னை ஆசுவாசப்படுத்திக் கொண்ட டாக்டர் சுந்தரம் அவளிடம் மனம் திறந்து பேசத் தொடங்கினார். தனக்கும் தன் மனைவி அனுபமாவுக்கும் பல வருடங்களாகவே மனம் ஒப்பாமல் வாழ்ந்து வந்ததையும், ஏழ்மையான தன்னை அவள் அப்பா தன் செலவில் படிக்க வைத்ததையும் பிறகு தனக்கே திருமணம் செய்து வைத்ததையும் சொன்னார். திராட்சை பழரச விளம்பரக் குறும்பட படப்பிடிப்பில் நடந்ததை நினைவு கூர்ந்து, பத்மாவதி தனக்கு அதைப்பற்றி ஏற்கனவே தெரியும் என்றும் மேலும் விரிவாகச் சொல்லி அவர் மனதையே புண்படுத்திக்கொள்ள வேண்டாம் என்றும் பணிவுடன் கேட்டுக்கொண்டாள். "சுமித்ரா அம்மா மாத்திரைகளை எடுத்துக்கொண்டு இப்போது தான் தூங்கப்போனார்கள். அசதியாக இருப்பார்கள், நீங்கள் சம்மதித்தால் நான் போய் அவர்களை எழுப்பட்டுமா" என்றதற்கு டாக்டர் சுந்தரம் தடுத்து இப்போது அவர்களை தொந்தரவு செய்ய வேண்டாம், நான் இங்கு சோபாவிலேயே சற்று கண்ணயர்கிறேன். நாளை காலை விவரமாக பேசிக்-கொள்ளலாம் என்றதும் முடிந்தது அந்த நீண்ட நாள்.

மறுநாள் காலையில் டிரைவர் மாரிமுத்து டாக்டர் சுந்தரத்தின் காரில் அவரது உடுப்புகள், மருத்துவ

சம்பந்தப்பட்ட புத்தகங்கள் மற்றும் அவரது உடைமைகள் அனைத்தையும் கொண்டு வந்து கொடுத்து விட்டு, திரும்புவதற்கு உத்தரவுக்காக கைகட்டிக் கொண்டு நின்றான். அவைகளை வேண்டாமென்று மறுத்துச் சொல்ல பலமான காரணங்கள் இல்லாததால், டாக்டர் சுந்தரம் சற்று நேரம் யோசித்து அவனுக்கு விடைகொடுத்தனுப்பினார். போகும் போது அவன் மறுத்தும் கேட்காமல் ஒரு நோட்டுக்கட்டை கொடுத்து அனுப்பினார். தேம்பித் தேம்பி அழுத மாரிமுத்துவை டாக்டர் சுந்தரம்தான் சமாதானப்படுத்த வேண்டியதாகியது. தன்னை விட அவன் அதிகம் வேதனைப்படுவதை உணர்ந்தவராக அவனை அணைத்து அவனுக்கு ஆறுதல் சொல்ல வேண்டியதாகிப்போனது. அவனுக்கு எந்த உதவி தேவையென்றாலும் தன்னை வந்து பார்க்கும்படி சொல்லிவிட்டு அவனிடமே தன் ராஜினாமா கடிதத்தையும் கொடுத்தனுப்பி விட்டார். என்னதான் அந்த ஆஸ்பத்திரியின் தலைமை டாக்டராக இருந்தாரென்றாலும் ஒரு வரைமுறை இருக்கிறதல்லவா! அவரிடத்தை அடுத்த சீனியரான ஒரு டாக்டரிமே அனுபமா ஆஸ்பத்திரி நிர்வாகம் முழுவதையும் கொடுக்கட்டும் என்ற எண்ணத்திலேயே அந்த ராஜினாமா கடிதம் கொடுக்கப்பட்டது.

அதற்குள் அறையிலிருந்து பாதி தூக்கத்தில் எழுந்து வந்த சுமித்ராவுக்கு வியப்பு தாங்கவில்லை. தூக்கம் முழுமையமாகக் கலைந்து சில நாட்களுக்கு முன் தலையில் அடிபட்டு தன் பழைய நினைவுகளை இழந்தவளாகத் தெரியாத வண்ணம் ஓடி வந்து 'வாருங்கள் டாக்டர்,

ஏன் இத்தனை நாட்கள் வீட்டிற்கு வரவில்லை, எனக்கு இப்போதெல்லாம் தலைவலி வருவதில்லை, தையல் போட்ட இடம் கூட நன்றாக குணமாகி விட்டதாக பத்மாவதி சொல்கிறாள். பார்க்கிறீர்களா' என்று அப்பாவியாகக் கேட்டு அவரது கையைப் பிடித்துக்கொண்டு சோபாவில் அமரச்சொன்னாள். டாக்டர் சுந்தரம் பதில் ஏதும் பேசாமல் அமைதியாக அவளது தலையை சோதித்து ஆயின்-மெண்ட்டையே தினமும் இரண்டு முறை போடும்படி சொன்னார். பழைய நினைவுகளை முற்றிலும் இழந்த சுமித்ராவிடம் மேலும் அதிகம் பேச வேண்டாம் என்று பத்மாவதி கண்களாலேயே டாக்டரிடம் விண்ணப்பித்தாள். டாக்டரும் அதிகம் பேசாமல் அவள் கொடுத்த காபியை ரசித்து குடிக்க ஆரம்பித்தார். பத்மாவதியே சமயோசிதமாக அவரது பெட்டியையும், உடமைகளையும் சுமித்ராவுக்குத் தெரியாமல் சுமித்ராவின் அறைக்குக் கொண்டு சென்று வைத்து விட்டாள். புத்தகங்களையும் ஹாலில் இருந்த பெரிய அலமாரியில் அழகாக அடுக்கி வைத்தாள். சுமித்ரா குளிக்கச் சென்றிருக்கும் போது இந்த வேலைகளை துரிதமாகச் செய்த பத்மாவதி பின் அவர்கள் மூவருக்கும் காலை உணவு தயாரிக்க சமையலறைக்குச் சென்று-விட்டாள். சற்று நேரம் என்ன செய்வது என்று புரியாமல் உட்கார்ந்து கொண்டிருந்த டாக்டரை நோக்கி சுமித்ரா 'என்ன டாக்டர், குளித்து விட்டு ஆஸ்பிடலுக்கு கிளம்ப வேண்டாமா, நேரமாகி விட்டது போலிருக்கிறதே, இன்னும் ஏன் உட்கார்ந்து கொண்டிருக்கிறீர்கள் உடம்பு சரியில்லையா?' என்று பரிவுடன் கேட்டு அருகில் வந்து

அவரது கழுத்தையும் நெற்றியையும் தொட்டுப் பார்த்தாள். உடம்புக்கு ஒன்றுமில்லை சுமித்ரா, நன்றாகத்தான் இருக்கிறேன். இன்று ஆஸ்பத்திரிக்குப் போகப் போவதில்லை. வெளியில் சற்று வேலையிருக்கிறது என்று பொதுவாகச் சொன்னார். அவருக்கு உதவும் வகையில் பத்மாவதி சமையலறையிலிருந்து ஓடி வந்து டாக்டர் சார், நீங்கள் குளித்து விட்டு வாருங்கள், காலை சிற்றுண்டி ரெடி. நீங்கள் இல்லாமல் சுமித்ரா அம்மா சாப்பிட மாட்டார்கள் என்றதைக் கேட்ட டாக்டர் அவள் பின்னால் நடந்து முதன் முதலாக சுமித்ராவின் அறைக்குள் நுழைந்தார். உள்ளேயே இருந்த குளியலறையைக் காட்டி எல்லா தேவையான பொருட்களையும் ஆங்காங்கே வைத்து விட்டு அவருக்கு காட்டி விட்டு வெளியே வந்தாள் பத்மாவதி.

குளித்து மாற்றுஉடை அணிந்து கொண்டு வெளியே வந்த டாக்டர் சுந்தரம் சாப்பிடும் போது அதிகம் பேசாமல் இருவரையும் பார்த்து பொதுவாக “எனக்கு வங்கியில் சில வேலைகள் இருக்கின்றன. முடித்து விட்டு வர இரண்டு, மூன்று மணி நேரமாவது ஆகும்” என்று சொல்லி விட்டு தன் காரில் பயணமானார். வங்கிக்கு சென்று தன் கணக்கில் எவ்வளவு பணம் இருக்கிறதென்று பார்த்தவர் வியந்தார். அனுபமா அவருடைய மாதச் சம்பளத்தையும், ராஜினாமா செய்ததன் காரணமாக அதுவரை அவர் மருத்துவமனையில் வேலை செய்ததற்கான சேமிப்புகளையும், ஓய்வூதிய பணமாக ஒரு கணிசமான தொகையையும் அவர் கணக்கில் செலுத்தியிருந்தது தெரிய வந்தது. தான் புதிய வேலை தேடிக்கொள்ளும்

வரை சுமித்ராவுக்கு பாரமாக இருக்க வேண்டாமென்று எண்ணியே தன் கணக்கிலிருந்து ஒரு சிறு தொகையை எடுக்க முன்வந்தவர், இதை எதிர்பார்க்கவில்லை. அதுவும் தன் ராஜினாமா கடிதம் கையில் கிடைத்த மறு நொடி-யிலேயே அவரது கணக்கு வழக்குகளை பூர்த்தி செய்தது சற்று ஆச்சர்யமாகக்கூட இருந்தது. தன் உழைப்புக்கு கூலி தானே, இதை மேற்கொண்டு பெரிதுபடுத்த வேண்டாம் என்று எண்ணி வீட்டு செலவுக்கு பத்மாவதியிடம் கொடுக்க சில ஆயிரங்களை மட்டும் எடுத்துக் கொண்டு திரும்பினார்.

ஐதராபாத்திலேயே ஏதாவது ஒரு மருத்துவமனையில் அவரது படிப்புக்கும், திறமைக்கும், அனுபவத்துக்கும் கண்டிப்பாக வேலை கிடைக்கும். ஆனால் சுந்தரத்துக்கு அந்த ஊரில் மேலும் தங்க மனம் ஒப்புக்கொள்ளவில்லை. யோசித்து முடிவெடுக்க வேண்டிய விஷயமாகையால் சற்று தயங்கி மறுயோசனையில் ஆழ்ந்தார். சுமித்ராவின் சொந்த ஊர் ஐதராபாத். மற்றும் அவளது சொத்துக்களும் அங்குதான் இருந்தன. இந்த நிலைமையில் அவளை வேறு இடத்துக்கு மாற்றுவது அவ்வளவு சுலபமல்ல, பழைய நினைவுகளை இழந்தவளுக்கு எடுத்துச்சொல்வதும் கடினம். பத்மாவதியுடன் கலந்தாலோசித்து முடிவெடுக்கலாம் என்று எண்ணினார்.

வீட்டிற்குத் திரும்பியதும் சுமித்ரா அவருக்காக சாப்பிடாமல் காத்துக்கொண்டிருந்தாள். சுந்தரத்துக்கு சற்று தர்ம சங்கடமாக இருந்தது. மதிய உணவுக்குப் பின் சுமித்ராவை சற்று ஓய்வெடுக்குமாறு சொல்லிவிட்டு

பத்மாவதியுடன் பேச்சைத் துவங்கினார். முதலில் அவர் கொடுத்த பணத்தை வாங்க மறுத்த பத்மாவதி, இனி இவர் தான் வீட்டின் எஜமானர், சுமித்ராவும் இவரைத்தான் பல ஆண்டுகளாக தன்னுடன் ஒன்றாக வாழ்ந்து கொண்டிருக்கும் கணவர் என்று நினைத்துக் கொண்டி-ருக்கிறாள். இனி இவர் சொற்படி கேட்பது தான் அனைவருக்கும் நல்லது என்று தீர்மானித்து அவரிட-மிருந்து பணத்தை வாங்கிக்கொண்டு வீட்டு செலவு-களுக்கு வைத்துக்கொண்டாள். மேலிருந்த நான்கு ஃபிளாட்டுகளின் வாடகைப்பணம் வங்கியில் சேர்ந்து கொண்டு வந்தது.

டாக்டர் சுந்தரத்தின் உடைமைகளை கொண்டு போய் கொடுத்து விட்டு வந்த மாரிமுத்து அனுபமாவிடம் அவர் கொடுத்தனுப்பிய ராஜினாமா கடிதத்தை கொடுத்து விட்டு நகர்ந்தான். அனுபமா “என்ன மாரிமுத்து நான் சொன்னது போல் அவர் அந்த நடிகையின் வீட்டில் தானே இருக்கிறார்? என்ன இறுமாப்பில் அங்கிருந்தே இந்த கடிதத்தை உன்னிடம் கொடுத்தனுப்பியிருக்கிறார் பார்த்தாயா! என் கண்ணெதிரிலேயே, இதே ஊரில் எப்படி இவர்கள் சந்தோஷமாக வாழ்கிறார்கள் என்று பார்த்து விடுகிறேன்” என்று கோபமாகக் கத்திக் கொண்டிருந்தாள். பதில் சொல்லத் தெரியாது மாரிமுத்து தலை குனிந்து கொண்டு மௌனமாக நின்றான். அங்கேயே நிற்பதா, மெதுவாக நழுவி விடுவதாக என்று மனதில் குழப்பம். அவனை வெளியே அனுப்பிவிட்டு அனுபமா தன் காரியதரிசியை கூப்பிட்டு துரிதமாக டாக்டர் சுந்தரத்தின்

மருத்துவமனை கணக்குகளை முடித்து அவருக்கு சேர வேண்டிய தொகையை அவர் கணக்கில் கட்டிவிடுமாறு உத்தரவிட்டாள். பத்து நிமிடங்களில் அந்தப் பணி நிறைவேறியது.

அனுபமா தன் சொந்த உபயோகத்திற்காக வைத்திருந்த செல்போனிலிருந்து ஒரு நபரை அழைத்து சில நிமிடங்கள் உரையாடிக் கொண்டிருந்தாள். கண்ணாடி கதவுகளுக்-கப்பால் உட்கார்ந்து கொண்டிருந்த காரியதரிசிக்கு பேச்சு மொத்தம் சரியாக விழவில்லை. யாரையோ ரகசியமாக அழைத்து சில உத்திரவுகளை பிறப்பிப்பது மட்டும் புரிந்தது. சற்று நேரத்தில் அவளை மீண்டும் உள்ளே அழைத்து ஒரு லட்ச ரூபாயை வங்கியிலிருந்து தன் சொந்த கணக்கிலிருந்து எடுத்துக்கொண்டு வரும்படி சொல்லி பணித்தாள். அரைமணியில் பணமும் வந்து சேர்ந்தது. அனுபமா மதிய இடைவேளையில் உணவு உண்ண வீட்டிற்கு போகவில்லை. அலுவலகத்தில் ஏறத்தாழ யாரும் இல்லை. எல்லோரும் மதிய உணவுக்கு அருகிலிருந்த வீடுகளுக்கும், சிற்றுண்டி சாலைகளுக்கும் சென்றுவிட்டனர். காரியதரிசி தன் வீட்டிலிருந்து கொண்டு வந்த உணவை கீழ்தளத்திலிருந்த கேண்டினில் தனியாக அமர்ந்து சாப்பிட்டுக் கொண்டிருந்தாள். அங்கு கூட இரண்டு மூன்று பேர்களைத் தவிர அதிக ஆட்கள் இல்லை.

கேண்டினிலிருந்து வெளியே வரும் போது காரியதரிசி அனுபமாவின் அறையிலிருந்து வெளியே வந்த ஆடவனைப் பார்த்து அதிர்ச்சியடைந்தாள். அந்த அலுவலகத்து சூழ்நிலைக்கு சற்றும் பொருந்தாத

உடைகள், மழிக்கப்படாத தாடி, பலநாட்களாக சீராக வாரப் படாத தலைமுடி, உடுப்புகள் அழுக்கு படிந்து கசங்கி இருந்தன. கையில் சற்றுமுன் அனுபமாவிடம் கொடுத்த கவர், வங்கியிலிருந்து எடுத்துக் கொண்டு வந்த ஒரு லட்ச ரூபாய் இருந்த அதே கவர். அந்த ஆறடி உயர மனிதன் அவளை கண்டும் காணாதது போல அலட்சியமாக ஒரு பார்வை பார்த்து விட்டு வேகமாக கீழே இறங்கி நடந்தான். அனுபமாவின் அறைக்குள் அவளைத்தவிர வேறு யாரும் அவ்வளவு சுலபமாக உள்ளே போக முடியாது. காரியதரிசி முதலில் அனுபமாவிடம் ஒப்புதல் வாங்கிக் கொண்டு பிறகுதான் யாரையும் உள்ளே அனுமதிப்பாள். இவன் எப்படி மதிய இடைவேளையில் யாரும் இல்லாதபோது இப்படி சுலபமாக என்று ஒரே குழப்பம். அனுபமா தன் காரியதரிசிக்குத் தெரியாமல் எந்த அலுவலக சம்மந்தப்பட்ட டெலிஃபோன்களையும் எடுத்ததோ, பேசியதோ கிடையாது. சொந்த வேலைகளைக்கூட தன் காரியதரிசி மூலமாகவே முடித்துக் கொள்ளும் அனுபமா இன்று ஏன் இப்படி நடந்து கொள்கிறாள் என்ற வினாவுக்கு விடையில்லை, கேட்க பயம், முகத்தில்அடித்தாற்போல ஏதாவது சொல்லி மனதை நோகடித்து விடுவாள்.

சற்று நேரத்தில் அனுபமாவிடமிருந்து ஒரு அழைப்பு, நான் இன்று சற்று சீக்கிரமே வீட்டிற்கு போய்விடுகிறேன். மாலை ஏதாவது அபாய்ன்ட்மெண்ட் இருந்தால் அதை நிராகரித்து விடு. முக்கியமாக ஏதாவது அழைப்பு வந்தால் நாளை பேசும்படி சொல்லிவிடு என்று சொல்லிவிட்டு மாரிமுத்துவை அழைக்கும்படி சொன்னாள். மாரிமுத்து

அப்போது தான் மதிய உணவருந்திவிட்டு சற்று ஓய்வெடுத்துக் கொண்டிருந்தான். இந்த நேரத்தில் சாதாரணமாக அனுபமா அவனுக்கு வேலை கொடுப்ப-தில்லை. எப்போதாவது திராட்சை தோட்டத்துக்கு போக வேண்டுமென்றால் மட்டும் அவனை கார் ஓட்டுவதற்கு அழைப்பாள். மற்றபடி மாலைவரை அவனுக்கு வேலை-யிருக்காது. மாரிமுத்துவிடம் காரை வீட்டிற்கு ஓட்டும்படி சொன்ன அனுபமா பின் இருக்கையில் அமர்ந்து கொண்டு ஏதோ யோசித்துக் கொண்டிருந்தாள். டெலிஃபோனில் ஒரு அழைப்பு, மறுமுனையில் பேசியது யார் என்று தெரியவில்லை. 'நான் உன்னிடம் எத்தனை முறை சொல்லியிருக்கிறேன், நீயாக என்னிடம் டெலிஃபோனில் பேச கூப்பிடவேண்டாமென்று, வீட்டிற்குச் சென்றதும் நானே உன்னை கூப்பிடுகிறேன்' என்று வேக வேகமாகச் சொல்லி அந்த டெலிஃபோன் அழைப்பை துண்டித்தாள். மாரிமுத்துவுக்கு சற்று வியப்பாக இருந்தது. வீட்டிற்குச் சென்ற அனுபமா தன் அறைக்குள் சென்று கதவை உட்புறம் தாழ்ப்பாள் போட்டுக்கொண்டு டெலிஃபோனில் அவனை அழைத்தாள். 'அவள் பெயர் சுமித்ரா, சற்று வயதான நடிகை, உனக்கு தெரிந்திருக்கும்... ஊகும்... வேண்டாம்..வேண்டாம்... காயங்கள் ஏற்படுத்தினால் மட்டும் போதும். அவள் எப்போதும் துணைக்கு பத்மாவதி என்ற பெண்ணுடன் தான் இருப்பாள். இருவரும் அதிகம் வெளியில் வருவது கூட இருக்காது. நன்றாக ஒரு வாரம் கவனித்து பிறகு நான் சொன்னபடி செய்து முடித்து விட்டு, நான் சொல்லுமிடத்துக்கு வந்து

பேசிய தொகையில் பாக்கியை வாங்கி கொண்டு போ' என்றாள். மறுமுனையில் அவன் சற்று நேரம் ஏதோ கேட்டான். பதிலுக்கு அனுபமா 'அது உனக்கு தேவையில்லாத விஷயம், டாக்டர் அருகிலிருக்கும் போது எந்த நடவடிக்கையும் வைத்துக் கொள்ளாதே, இருவரும் தனியாக இருக்கும் போது மட்டும் நான் சொன்னபடி செய்தால் போதும்' என்று சொல்லிவிட்டு துண்டித்தாள்.

மீண்டும் வேறு யாருக்கோ மூன்று முறை டெலிஃபோனில் தொடர்பு கொள்ள முயற்சித்து மறுமுனையில் எடுக்கப்படாமல் இருந்ததால் சற்று பதட்டமும் கோபமும் கொண்டு சுற்று முற்றும் நடந்து தன்னை ஆசுவாசப்படுத்திக்கொண்டாள். சற்று நேரத்தில் அவள் அழைத்த அந்த நம்பரிலிருந்து அழைப்பு வந்தது. எடுத்து பேசிய அனுபமா, "வணக்கம் சார்! ஒரு முக்கியமான விஷயத்துக்குத் தான் அவசரமாக அழைத்தேன். சுமித்ரா என்ற நடிகையைப் பற்றி தெரிந்திருக்குமென்று நினைக்கிறேன். ஒரு சின்ன வேலை செய்ய வேண்டும், அவள் பூர்வீகத்தை பற்றி விசாரிக்க வேண்டும். திருமணமானவளா, கணவன் யார், அவள் பெற்றோர்கள் எங்கிருக்கிறார்கள், மற்ற உறவினர்கள் யாராவது வந்து போகிறார்களா, வீட்டிலேயே இருக்கும் பத்மாவதி என்ற பெண்மணிக்கும், அவளுக்கும் என்ன உறவு, வேலைக்காரி போல தெரியவில்லை, சுமித்ராவின் பண நிலவரம், சொத்துக்கள் பற்றிய முழு விவரமும் எனக்கு வேண்டும் ... என்ன ஒரு வாரமாகுமா? சீக்கிரம் முடிக்கப் பாருங்கள் சார், நீங்க கேட்டதற்கு மேலாகவே தருகிறேன்.

இரண்டு ஆட்களை கூடுதலாக வேண்டுமானாலும் வைத்துக் கொள்ளுங்கள். செலவைப் பற்றி கவலைப்பட வேண்டாம். தகவல்கள் மட்டும் மிகச் சீக்கிரமாக எனக்கு கிடைக்கவேண்டும்" என்று சொல்லி விட்டு தொடர்பை துண்டித்தாள். மறுமுனையில் அந்த தனியார் தொழில் துப்பறிவாளன் தீவிரமாக இந்த விஷயத்தை முடிக்க வேண்டும், பணக்காரியான அனுபமா அதிக பணம் கொடுக்க தயங்கமாட்டாள் என்று தெரிந்து கொண்டு உடனே தன் வேலையைத் தொடங்க ஆரம்பித்தான்.

துப்பறிவுத்தொழிலில் பல ஆண்டுகளாக அனுபவ-முள்ள அந்த துப்பறிவாளனுக்கு அனுபமா கேட்ட சங்கதிகளை சேகரிக்க அதிக நாட்கள் ஆகவில்லை. வீட்டில் வேலை செய்யும் வேலைக்காரி, அருகிலிருக்கும் காய்கறிகடைக்காரர், துணிகளுக்கு இஸ்திரி போடும் நடமாடும் இஸ்திரி வண்டிக்காரர் என்று எத்தனையோ பேர் பணம் வாங்காமல் இதுபோன்ற செய்திகளை தங்கள் கற்பனையையும் சேர்த்து வாரி வழங்குவதில் தவறுவதே-யில்லை. கொஞ்சம் கூட பணம் செலவழிக்காமல் அனுபமா கேட்டதை விட கூடுதலாக விஷயங்கள் சேகரித்துக் கொண்டு அந்த துப்பறிவாளன் அவளுக்கு செல்ஃபோனில் ஒரு அழைப்பை விடுத்தான். ஃபோனில் எதுவும் பேச வேண்டோமென்றும் தன்னை அவள் அலுவலகத்துக்கு சற்று தொலைவிலிருக்கும் ஒரு பெரிய ஹோட்டல் வரவேற்புக்கூடத்தில் உடனே வந்து சந்திக்குமாறு கூறிவிட்டு இணைப்பை துண்டித்தாள். மாரிமுத்து அனுபமாவையும் அவள் காரியதரிசியையும்

பலமுறை அந்த ஹோட்டலுக்கு அழைத்துக்கொண்டு வந்ததுண்டு. இன்று காரியதரிசி இல்லாமல் மேடம் மட்டும் ஏன் தனியாக இங்கு வருகிறார்கள் என்று அவனுக்கு ஒரே குழப்பம், எதுவும் கேட்க முடியாது.

பலவருடங்களாக வேலை செய்து வரும் விசுவாசமான தொழிலாளியாக இருந்தாலும், அனுபமா எல்லாரையும் ஒரு தூரத்திலேயே வைத்திருந்தாள். தேவையான அளவு மட்டுமே பேச்சு. எப்போதாவது நலம் விசாரிப்பதுண்டு. அதுவும் நல்ல மூடில் இருந்தால் மட்டுமே, மற்றபடி வேலை சம்மந்தப்பட்ட உத்திரவுகளுடனேயே பேச்சு வார்த்தைகள் இருக்கும்.

ஹோட்டலின் உள்ளே சென்ற அனுபமாவுக்காக மாரிமுத்து காரிலேயே காத்துக் கொண்டு உட்கார்ந் திருந்தான். உள்ளே சென்ற அனுபமா, அவளுக்காக காத்துக் கொண்டிருந்த துப்பறிவாளன் இருக்கும் மேஜையில் தானும் போய் அமர்ந்து கொண்டாள். அது பொதுவாக யாரின் பார்வையிலும் படாமல் இருந்த ஜன்னலோர இருக்கைகள் கொண்ட மேஜை. சர்வர் வந்து இருவருக்கும் காபி கொடுத்து விட்டு நகரும் வரை இருவரும் வாயைக்கூடத் திறக்கவில்லை. துப்பறிவாளன் பீடிகையுடன் ஆரம்பித்து சுமித்ரா பல வருடங்களாக சினிமாவிலும், விளம்பரக் குறும்படங்களிலும் நடித்துக் கொண்டிருக்கும் நடிகை என்றும் தற்போது அதிகம் நடிப்பதில்லை என்றும் அவளுக்கு ஏற்கனவே தெரிந்த விஷயங்களைச் சொல்லிக் கொண்டே வந்தான். பொறுமையிழந்த அனுபமா 'அது ஊருக்கே தெரிந்த

விஷயம், புதியதாக என்ன கண்டுபிடித்தாய்' என்று சற்று உரக்கவே கேட்டுவிட்டாள். "அவசரப்படாதீர்கள் அம்மா, சுமித்ரா ஏற்கனவே திருமணமாகி பல ஆண்டுகளுக்கு முன் கணவனை விட்டு பிரிந்தவள். கணவன் மதனகோபால் ஒரு குடிகாரன். அடிக்கடி சண்டையிட்டுக் கொண்டு வேலை வெட்டியில்லாமல் சுமித்ராவின் பணத்தில் காலத்தை கழிக்க எண்ணினான். தொல்லை தாங்காது சுமித்ரா அவனை வீட்டை விட்டே துரத்தி விட்டாள். போலீஸ், கேஸ் என்று போனதாகக் கூட கேள்விப்பட்டேன். கூடுதல் விவகாரம் யாருக்கும் தெரியவில்லை. இதெல்லாம் நடந்து முடிந்து 30 வருடங்களுக்கு மேல் ஆகியிருக்கும் போலிருக்கிறது. அவர்கள் இருக்கும் சிறிய அபார்ட்மெண்ட் அவளுடையது தான். சற்று கூடுதலாகவே வரும் வாடகையில் வாழ்க்கை நடத்துவதாகத் தெரிகிறது. பரம்பரை பணக்காரியாக இருக்கலாம், பல வருடங்களாக அவளுடனேயே பத்மாவதி என்ற பெண்மணி தங்கியிருக்கிறாள். அவளுக்கும் யாரும் சொந்த பந்தங்கள் இல்லை போலிருக்கிறது. வீட்டை விட்டு வெளியே சென்று தங்குவதில்லை. வேலைக்காரி போலவும் தெரியவில்லை. வீட்டை பெருக்கி சுத்தம் செய்ய ஒரு பெண் தினமும் வந்து போகிறாள். பத்மாவதிதான் எல்லாவற்றையும் கவனித்துக்கொள்கிறாள். முன்பெல்லாம் சுமித்ராவுக்கு ஒப்பனை செய்யவும், தலையலங்காரம் செய்யவும் உதவிக்கொண்டிருந்தவள் பல வருடங்களாக அவளுக்கு சிறந்த தோழியாகவும், பாதுகாவலாகவும் இருக்கிறாள்.

சுமித்ரா சற்று உடல் நலம் குறைந்ததிலிருந்து அவளுடைய செல்ஃபோனை உபயோகப்படுத்துவதிலிருந்து எல்லா வேலைகளையும் பத்மாவதியே செய்கிறாள். சமீபத்தில் தலையில் அடிபட்டு பழைய நினைவுகள் இழந்து விட்டதாகக்கூட கேள்விப்பட்டேன்" என்று சொல்லி முடித்தான்.

இந்த விஷயங்கள் புதியதாகவும், சுவாரஸ்யமான-தாகவும் இருக்கவே அனுபமா நல்லவேளை, இவனுக்கு டாக்டர் சுந்தரம் அவர்கள் அனுபமா வீட்டிலேயே தங்க ஆரம்பித்தது பற்றி தெரியவில்லை போலிருக்கிறது என்று நினைத்து ஆனந்தப்பட்டாள். இருந்தாலும், சந்தேகத்தை தீர்த்துக்கொள்ள இன்னும் யார் யார் வீட்டில் இருக்கிறார்கள். முக்கியமாக ஆண்கள் போக்குவரத்து இருக்கிறதா என்று கேட்டாள். அவளுக்கு வைத்தியம் பார்க்கும் டாக்டர் அந்த வீட்டிற்கு வந்து போவதை ஓரிருவர் பார்த்திருக்கிறார்கள். தலையில் அடிபட்ட பெண்மணியை வீட்டிற்குப் போய் பார்ப்பது வித்தியாசமாகப்படவில்லை. அதுவும் சுமித்ரா சற்று வசதியுள்ள பெண்மணியாதலால் டாக்டரை தினசரி வீட்டிற்கு வரவழைத்திருக்கலாம் என்று நினைத்து நான் அதிகம் விசாரிக்கவில்லை என்று சொன்னான். கேள்விகளைத் தொடர்ந்த அனுபமா அதைப்பற்றி நீ கவலைப்பட வேண்டாம். எனக்கு தெரிய வேண்டியதெல்லாம் மதனகோபாலைப் பற்றிய தகவல்கள் மட்டுமே, அவன் தற்போது எங்கிருக்கிறான் என்ன செய்து கொண்டிருக்கிறான் என்று கண்டுபிடி என தீர்மானமாக உத்தரவிட்டாள். அவன் எதிர்பார்த்ததற்கும் மேலாக ஒரு

தொகையை ஒரு கவரில் இட்டு அவனிடம் தந்து விட்டு இனிமேல் மதனகோபாலைப் பற்றிய விஷயங்களை கண்டறிந்து என்னிடம் வந்து சொன்னால் இதுபோல இரண்டு மடங்கு பணம் உன் கைக்கு கிட்டும் என்று சொல்லிவிட்டு பதிலுக்குக் கூட காத்திராமல் எழுந்து நடந்தாள். அவளுக்குத் தெரியும் இவன் எப்படியாவது மதனகோபாலை கண்டுபிடித்து தகவல் சொல்வானென்று, பணம் பத்தும் செய்யும், துப்பறிவாளனிடம் பதினொன்றும் செய்யும். கவரிலிருந்த பணக்கட்டின் கனத்தை கணக்கிட்டு பூரிப்படைந்த அந்த துப்பறிவாளனின் மனம் இப்போது மதனகோபாலை கண்டுபிடிப்பதற்கான வழிமுறைகளை சிந்திக்க ஆரம்பித்தது.

என்னதான் பத்மாவதியிடம் தன் வாழ்க்கை முறையைப் பற்றி சொல்லியிருந்தாலும், டாக்டர் சுந்தரத்துக்கு தான் சுமித்ராவை ஏமாற்றுவது போல ஒரு குற்ற உணர்ச்சி இருந்து கொண்டேயிருந்தது. என்ன செய்வதென்று குழப்பம், மனநிலை சரியில்லாத சுமித்ராவுக்கு தன் சொந்த கதையை தற்போது சொன்னால் என்னென்ன விபரீதங்கள் நடக்கும் என்று பல வருடங்கள் அனுபவப்பட்ட அந்த டாக்டருக்குத் தெரியும். சட்டப்படி விவாகரத்து வாங்கி விட்டதால் அனுபமா மூலம் எந்த தொந்தரவும் வராது என்று எண்ணினார். பாவம், அவருக்கு என்ன தெரியும், அனுபமாவின் தற்போதைய நடவடிக்கைகள். தனக்கும் இந்த வயதில் ஒரு துணை வேண்டும் என்று உள்மனம் சொன்னது. அது ஏன் சுமித்ராவாக இருக்கக்கூடாதென்று தோன்றி அந்த எண்ணமே

கடைசியில் வென்றது. பத்மாவதி டாக்டரிடம் பொதுவாக பேசிக்கொண்டிக்கும் போது சுமித்ராவின் கடந்தகால வாழ்க்கையும் அவ்வளவு சீராக இருக்கவில்லை என்றும், அவளும் வாழ்வில் பல துன்பங்களை அனுபவித்து விட்டாள் என்றும் தற்போது பழைய நினைவுகளை மறந்து சற்று நிம்மதியாக இருப்பதால் விவரமாக எதையும் அவளிடம் சொல்ல வேண்டாம். பிற்காலத்தில் தேவைப்பட்டால் சொல்லிக் கொள்ளலாம் என்று பலமுறை வேண்டிக் கொண்டாள். டாக்டர் சுந்தரத்துக்கும் அது சரியென்றே-பட்டது. ஆனால் ஐதராபாத்தில் தங்கி வாழ்க்கையை தொடர்வது மட்டும் பிடிக்காமலேயே இருந்தது. இரண்டு நாட்கள் கழித்து சுமித்ரா "என்னிடத்திலிருந்து ஏன் விலகியே இருக்கிறீர்கள்? நான் ஏதாவது தவறு செய்து விட்டேனா, என்னிடத்தில் ஒரு டாக்டராக அணுகு-கிறீர்களே தவிர ஒரு கணவனாக ஏன் பரிவுடன் இருக்கமாட்டேன் என்கிறீர்கள்" என்று கேட்டே விட்டாள். "அதெல்லாம் ஒன்றுமில்லை சுமி, நீ இப்போது தான் சற்று உடல்நலம் தேறிவருகிறாய். உனக்கு ஓய்வும் தூக்கமும் அதிகம் தேவை. தொந்திரவு செய்ய வேண்டாமென்று தான் சற்று விலகியிருக்கிறேன். ஒரு மாறுதலுக்கு நாமெல்லாம் சில நாட்கள் ஏதாவது வெளியூருக்கோ, மலைவாசஸ்தலத்துக்கோ சென்று வரலாம்" என்று சொல்லி பேச்சை திசை திருப்பிவிட்டார்.

அன்று மதியம் அனுபமாவின் காரியதரசி டிரைவர் மாரிமுத்துவை எதேச்சையாக கேண்டினில் சந்திக்க நேர்ந்தது. பொதுவாக அலுவலகத்தில் ஒருவரோடு

மற்றவர் வேலை சம்மந்தமில்லாத விஷயங்களைப் பேசிக்-கொள்வதில்லை, பகிர்ந்து கொள்வதுமில்லை. இன்று அனுபமா திராட்சைப் பழரச விற்பனை அதிகாரிகளுடன் நீண்டநேரம் மீட்டிங்கில் இருந்ததால், இவர்கள் இருவருக்கும் சற்று சாவகாசமாக பேச சந்தர்ப்பம் கிடைத்தது. பேச்சுவாக்கில் மாரிமுத்து அவளிடம் “அனுபமா அம்மாவின் போக்கு சற்று மாறுபட்டதாகவே தோன்றுகிறது. இரண்டு நாட்களுக்கு முன் அலுவலக வேலையில்லாமல் அந்த ஹோட்டலுக்குத் தனியாகச் சென்றார்கள். ஒரு அரை மணிக்கு மேல் ஒரு புதிய ஆணுடன் ரகசியமாக ஒரு மூலையில் அமர்ந்து பேசிக்கொண்டிருந்தார்கள். ஒன்றும் புரியவில்லை” என்றான். வியந்தவளாக அவள், “அன்று என்னிடம் கூட சொல்லிக்கொள்ளாமல் சென்று விட்டார்கள் சாதாரணமாக என்னை அழைத்துக்கொண்டு தான் போவார்கள், அல்லது சொல்லி விட்டாவது போவார்கள். எனக்கும் குழப்பமாகத்தான் இருக்கிறது” என்று தன் சந்தேகத்தையும் சொன்னாள். அதேபோல் ஏற்கனவே அலுவலகத்துக்கு வந்திராத ஒரு மனிதன் அம்மாவை அவர்கள் அறையில் தனியே பார்த்து பேசிவிட்டு கையில் பணக்கவருடன் சென்று விட்டான் என்றாள். ஆமாம் நானும் கீழே அவனை கவனித்தேன். பெரிய முரடனாக இருப்பான் போலிருக்கிறது. எந்த வியாபார நோக்கமும் இருப்பதாகத் தெரியவில்லை என்றான் பதிலுக்கு மாரிமுத்து, அனுபமாவின் குணம் நீண்ட நாட்களாக பணிபுரியும் இருவருக்கும் தெரிந்திருந்த-தாகையால் இந்த விஷயத்தை கூர்ந்து கவனிக்க

முடிவெடுத்தனர். கண்டிப்பாக வியாபார சம்மந்தமில்லாத இரண்டு பேர்களை தனித்தனியே சந்திப்பதும், காரணமில்லாமல் பணத்தை கொடுப்பதும் சற்று அதிர்ச்சியையே கொடுத்தது. யாருக்காவது தீங்கு விளைவிக்க எண்ணமோ என்று அஞ்சினார்கள். தொழில் துறையில் யாரும் விரோதிகள் இருப்பதாகத் தெரியவில்லை இருந்தாலும் இவர்கள் இருவருக்கும் கண்டிப்பாகத் தெரிந்திருக்கும். பணப்பரிவர்த்தனைகள் அனைத்தும் அந்த காரியதரிசிக்கும் தெரியும். அதுபோல அனுபமா எங்கு போகவேண்டுமானாலும் டிரைவர் மாரிமுத்துவிடம் மட்டும் தான் சொல்வாள். யாரைப் பார்க்கப் போகிறாள், எத்தனை மணிக்கு எங்கு போக வேண்டும் என்பதெல்லாம் அவனிடம் முன்பே சொல்லப்பட்டிருக்கும். லீவு நாட்கள் என்பதெல்லாம் கிடையாது. அவள் வியாபார விஷயமாக வெளியூர் சென்ற நாட்களில் தான் அவனுக்கு விடுப்பு கிடைக்கும். இருவருக்கும் குழப்பம் தான் மிஞ்சியது! ஆனால் வரப்போகும் ஆபத்தை இருவரும் அறியவில்லை.

"கலைந்த கனவுகள்"

ஃ ஃ ஃ

காரியதரிசியும், டிரைவர் மாரிமுத்துவும் கலந்தாலோசித்து அனுபமாவை கண்காணிப்பதென்று முடிவெடுத்தனர். அதற்கு முக்கிய காரணம் அவள் டாக்டர் சுந்தரத்துக்கு எந்த தீங்கும் விளைவிக்கக்கூடாதென்ற எண்ணம் மட்டுமே. டாக்டர் சுந்தரத்திடம் இருவருக்கும் அவ்வளவு மதிப்பும், மரியாதையும் இருந்தது. சமீபத்திய விவகாரத்தும் அவர் மேல் ஒரு பரிதாபத்தையும் கூடுதலாக ஏற்படுத்தி-யிருந்தது. நேரம் அதிகமாகிவிடவே இருவரும் எழுந்து தத்தம் பணியில் ஈடுபடத் தொடங்கினார்கள். அன்று மாலை சுமார் ஐந்து மணியளவில் அலுவலக ஃபோனில் ஒரு அழைப்பு வந்தது. அந்த பரிச்சயமில்லாத முரட்டுக்-குரல் அனுபமாவுடன் தான் அவசரமாக பேச வேண்டும் என்றது. காரியதரிசி மறுமுனையில் பேசுவது யார் என்று கேட்டபோது அலட்சியமாக அந்த குரல் 'அது உனக்கு தேவையில்லாத விஷயம், அம்மாவின் செல்போன் நீண்ட நேரமாக பிஸியாக இருக்கிறது. அதனால் அலுவலகத்துக்கு போன் செய்கிறேன் இது அவரின் முக்கிய வேலை விஷயமாகத்தான், அவருக்கு லைனை கொடு' என்றது அதிகாரத்தோரணையில். மேலும் எதுவும் பேச பிடிக்காமல்

அந்த காரியதரிசி அனுபமாவுக்கு லைனை கொடுத்து விட்டு வேலையை கவனிக்க ஆரம்பித்தாள். ஏதோ ஒரு உந்துதலில் ரிசீவரை கையிலெடுத்து அவர்கள் இருவரும் பேசிக்கொள்வதை கேட்க ஆரம்பித்தாள். தான் செய்வது தவறு என்று தெரியும். அனுபமாவுக்குத் தெரியவந்தால் மறுகணமே தன் வேலை போய் விடும் என்றும் தெரியும். இருந்தாலும் இனம் புரியாத ஆர்வத்தினாலும், இவன் யார் இவ்வளவு உரிமை எடுத்துக் கொண்டு அதிகாரத் தோரணையில் தனக்கு உத்தரவிடுபவன் என்று தெரிந்து கொள்ளவும் அந்த தவறான ஒட்டு கேட்கும் காரியத்தில் ஈடுபட்டாள். ஒருமுனையில் அனுபமா சற்று தாழ்ந்த குரலில் அவனிடம் கெஞ்சுவது போல, ‘எத்தனை முறை நான் உனக்கு சொல்லியிருக்கிறேன், இணைப்பை துண்டித்து விடு, நானே உன்னை கூப்பிடுகிறேன்’ என்றாள். பதிலுக்கு அவன் அவசரம் அதனால் தான் கூப்பிட்டேன். உங்கள் சொந்த மொபைல்ஃபோன் நீண்ட நேரமாக உபயோகத்திலிருந்தது என்று சொல்லிவிட்டு பதிலுக்கு சற்று காத்திருந்தான். அப்படி என்ன அவசரம், நான் அவளைப் பற்றிய கூடுதல் விவரங்கள் சேகரித்துக்-கொண்டிருக்கும் ஒரு துப்பறிவாளனுடன் பேசிக் கொண்டிருந்தேன் என்றாள் அனுபமா, பதிலுக்கு அவன் அந்த பெண்மணி வெளியே வருவது மிகவும் குறைவு. எது வாங்க வேண்டுமானாலும் அவர்கள் வீட்டிலேயே இருக்கும் வேறு ஒரு பெண் தான் வெளியே வருகிறாள். வீட்டில் இப்போதெல்லாம் ஒரு ஆடவனும் இருக்கிறான் போலிருக்கிறது. டாக்டராக இருக்கக்கூடும். பரிசோதித்து

விட்டு போய் விடுவான் என்று நினைத்தேன். ஆனால் அவன் கார் வீட்டு வாசலிலேயே எப்போதும் நிறுத்தப்பட்டிருக்கிறது. அவன் வெளியே போவதும் குறைவு. காரில் போய் வேலையை முடித்துக் கொண்டு காரில் வீட்டுக்குத் திரும்பிவிடுகிறான். நீங்கள் நினைப்பதைப் போல வேலை அவ்வளவு சுலபமில்லை, என்று சொல்லி முடித்தான். கோபப்பட்ட அனுபமா இதைச் சொல்லவா இவ்வளவு அவசரம்.... ஃபோனை வைத்துவிட்டு நானே கூப்பிடுகிறேன் என்று சொல்லி துண்டித்தாள். இதையெல்லாம் கேட்டுக்கொண்டிருந்த காரியதரிசிக்கு உடலும் முக்கியமாக முதுகுத்தண்டும் சில்லிட்டது. அனுபமா மிகவும் பணம் படைத்த ஆத்திரமிக்க முன்கோபக்காரி என்று தெரியும். ஆனாலும் இதுபோன்ற செயல்களில் கூட ஈடுபடுபவளா என்று வியந்தாள்.

செய்வதறியாது குழப்பத்திலிருந்த அந்த பெண் காரியதரிசி எப்போது மாரிமுத்துவைப் பார்ப்போம், எப்போது விவரமாகத் தான் காதால் கேட்ட சங்கதிகளை பகிர்ந்து கொள்வோம் என்று தவித்துக் கொண்டிருந்தாள். அந்த சந்தர்ப்பமும் மறுநாள் வந்தது. ஆச்சர்யப்படும்படியாக மாரிமுத்துவும் தனக்கும் ஒரு புதிய விஷயம் தெரிந்துவிட்டது என்றும் அதை அவளிடம் பகிர்ந்து கொள்ள காத்துக் கொண்டிருந்ததாகவும் சொன்னான். அலுவலகத்தில் நீண்ட நேரம் நின்று கொண்டு பேசுவது ஆபத்து என்றும், அங்கிருக்கும் சுவர்களுக்குக் கூட காதுகள் கூர்மையாக இருக்குமென்றும் இருவருக்கும் தெரியும். எப்படியாவது விஷயம் அனுபமா காதுகளில் எட்டி விடும். தனக்கு

நல்ல பெயர் கிடைக்க வேண்டுமென்று பலர் இதுபோல அலுவலகங்களில் சுற்றிக்கொண்டிருப்பது சகஜமே, வேலையில் ஈடுபாட்டுடன் இருக்கிறார்களோ இல்லையோ இது போன்ற கிசுகிசுக்களில் மிகவும் ஆர்வம் கொண்ட-வர்களாக இருப்பார்கள். எனவே வேலைமுடிந்து மாலை வீடு திரும்பும் போது இருவரும் மாரிமுத்துவின் வீட்டிற்குச்-சென்று விவரமாகப் பேசலாம் என்று தீர்மானித்தனர்.

வீட்டை அடைந்ததும் மாரிமுத்துவே பேச்சைத் துவங்கினான். அனுபமா அம்மா மீண்டும் அந்த ஹோட்டலில் அதே துப்பறிவாளனை சந்தித்ததாகவும் அவர்களுக்குத் தெரியாமல் பெரிய செய்தித்தாளை படிப்பவன் போல தன்னை மறைத்துக்கொண்டு சற்று தூரத்தில் அவர்கள் பேசிக்கொள்வதை கேட்கும் தூரத்தில் தான் உட்கார்ந்திருந்ததாகவும் சொன்னான். அவர்கள் பேச்சிலிருந்து மதனகோபால் என்ற பெயர் அடிக்கடி காதில் விழுந்ததாகவும் அனுபமா அவனிடம் ஏதோ கேட்டுக் கொண்டதையும் சொன்னான். கூடுதலாக அந்த மதனகோபால் என்பவன் சுமித்ராவின் முன்னாள் கணவனாக இருக்கக்கூடும் என்று இருவரும் யூகித்தனர். ஆச்சர்யம் என்னவென்றால் அந்த மதனகோபால் என்பவன் இத்தனை வருடங்கள் விஜயவாடாவில் இருந்ததாகவும் அங்கு பல திருட்டு ஏமாற்று வேலைகள் செய்து கொண்டிருந்ததாகவும் தற்போது அங்கிருந்து தப்பித்து ஐதராபாத் வந்திருப்பதாகவும் தெரிய வந்தது. கூடிய விரைவில் அனுபமாக கண்டிப்பாக மதனகோபாலை சந்திப்பது நிச்சயம் என்றும் இருவருக்கும் புரிந்தது.

அந்த காரியதரிசியும் மாரிமுத்துவிடம் தான் காதால் கேட்ட விஷயங்களை விளக்கமாக சொல்லிவிட்டாள். இப்போது இருவருக்கும் அனுபமாவின் திட்டம் ஒருவாறு புரிந்து விட்டது. டாக்டர் சுந்தரத்தை பழிவாங்க அவள் எடுத்த ஆயுதம் சுமித்ராவை துன்புறுத்துவது என்பதே, அவளால் தானே இத்தனை விளைவுகளும் என்று அனுபமா எண்ணியதால் அவளுக்கு முதலில் ஒரு நல்ல பாடத்தை கற்பிக்க வேண்டும் என்று நினைத்து இந்த தவறான முடிவுகளை எடுத்திருக்ககூடும் என்று பேசிக்-கொண்டனர். அனுபமாவின் உள்மனதின் விகாரம் இருவருக்கும் புரிந்தது. இந்த விஷயத்தை எப்படியாவது டாக்டர் சுந்தரத்தின் காதுகளில் போட்டு விடுவது நல்லது என்றும் இருவரும் தீர்மானித்தனர். ஆனால் அவர் எவ்வளவு தூரம் இதை நம்புவார் என்று தெரியவில்லை. நல்ல உள்ளம் படைத்த டாக்டர் சுந்தரம் இவர்கள் நினைப்பது தவறாக இருக்கும் என்றே கருதுவார். தேவை-யில்லாமல் அனுபமா மீது இவ்வளபு பெரிய அபாண்டமான பழியை சுமத்த வேண்டாம் என்று தான் சொல்வார். தகுந்த ஆதாரங்கள் இல்லாமல் அவர் இவர்கள் சொல்வதை நம்ப மாட்டார் என்று தெரியும். என்னதான் விவாகரத்து பெற்று விட்டாலும், இத்தனை நாட்கள் ஒன்றாக ஒரே வீட்டில் தங்கியிருந்த டாக்டர் தன் முன்னாள் மனைவி மீது சொல்லும் குற்றச்சாட்டுகளை எப்படி பார்ப்பார் என்று தெரியவில்லை. மேலும் நினைக்க நினைக்க குழப்பம் தான் மிஞ்சியது.

மறுநாள் டாக்டர் சுந்தரம் சுமித்ராவிடமும், பத்மாவதியிடமும் சொல்லிவிட்டு ஐதராபாத்திலுள்ள ஒரு பெரிய மருத்துவமனைக்கு செல்வதற்காக புறப்பட்டார். வீட்டிலேயே உட்கார்ந்து கொண்டிருப்பது மிகவும் கடினமாக இருந்ததால் சில நாட்கள் நன்றாக யோசித்து அந்த பெரிய மருத்துவமனையை நெருங்கி வேலை தேடலாம் என்ற எண்ணத்துடன் வரவேற்பறையில் காத்துக் கொண்டிருந்தார். அந்த மருத்துவமனை ஐதராபாத்திலேயே இருக்கும் சிறந்த மருத்துமனைகளில் ஒன்று. ஒன்பதுக்கும் மேல்அங்கு கிளைகள் உண்டு. அந்த பெரிய நகரத்தின் எல்லா பகுதிகளிலும் பல கிளைகள். நவீன மருத்துவ வசதிகள் நிறைந்தவை. டாக்டர் சுந்தரம் போன்ற அனுபவம் மிக்க டாக்டர்களுக்கு அதில் ஏதாவது ஒரு கிளையில் வேலை கிடைக்காமலா போய்விடும்? மேலும் டாக்டர் சுந்தரத்திற்கு ஐதராபாத்தில் பல வருடங்களாக நல்ல பெயர் இருந்தது. சில கல்லூரிகளுக்குச் சென்று முதுநிலை பட்டம் படிக்கும் மருத்துவத்துறை மாணவர்களுக்கு வகுப்புகள் எடுப்பதும் வழக்கம். அந்த நகரத்தில் இருக்கும் டாக்டர்கள் குழுமத்தில் அவரைத் தெரியாதவர்களே இல்லை என்னுமளவுக்கு பிரசித்தி பெற்றவர். அந்த சிப்பந்தி டாக்டரைப் பார்த்ததும் அடையாளம் கண்டு கொண்டு அவரை ஒரு இருக்கையில் உட்காரச் சொல்லிவிட்டு பெரிய டாக்டரை பார்த்து இவர் வந்திருப்பதை சொல்வதற்காக உள்ளே சென்றாள். பதினைந்து நிமிடங்களில் அந்த பெரிய டாக்டர் வெளியே வந்து “ஹலோ டாக்டர் சுந்தரம் சார், எப்படி இருக்கிறீர்கள்

என்ன திடீரென்று இங்கு வந்திருக்கிறீர்கள். நீங்கள் ஒரு டெலிஃபோன் செய்திருந்தால் நானே உங்களை வந்து பார்த்திருப்பேனே" என்றார். பரஸ்பர வார்த்தைகளுக்குப் பின் உள்ளே சென்றதும் டாக்டர் சுந்தரம் தன் சொந்த விஷயத்தைச் சொல்ல ஆரம்பித்தார். முழுவதையும் கேட்டுக்கொண்ட அந்த பெரிய டாக்டர் உங்களுக்காக இந்த மருத்துவமனை குழுமம் எப்போதும் திறந்திருக்கும் டாக்டர், உங்களைப் போன்ற அனுபவம் வாய்ந்த கைராசிக்காரர் என்று பெயர் பெற்ற மருத்துவர்களை எங்களுடன் சேர்த்துக்கொள்வதில் நாங்கள் தான் பெருமைப்பட வேண்டும். நீங்கள் எப்போது வேண்டு-மானாலும் இந்த மருத்துவமனையிலோ அல்லது நீங்கள் விரும்பும் ஏதாவது ஒரு கிளையிலோ சேர்ந்து பணிபுரியலாம். ஊதியம் மற்ற பணி சம்மந்தப்பட்ட விஷயங்களை எங்கள் மனிதவள மேலாண்மைத்துறை உங்களுக்கு தெரிவித்துவிடும். நீங்கள் எதிர்பார்க்கும் ஊதியத்தை விட சற்று குறைவாக இருந்தால் நீங்கள் என்னிடம் தனியாக தாராளமாகச் சொல்லலாம், அது ஒரு பெரிய விஷயமே இல்லை. இந்தத் துறையில் உங்களைப் போன்ற டாக்டர்களுக்கு கொடுப்பதை விட கண்டிப்பாக கூடுதலாகத் தான் கொடுப்போம் என்று சொல்லி முடித்தார். பணம் ஒரு பொருட்டே இல்லை டாக்டர், என் திருப்திக்காகவும் படித்த மருத்துவப்படிப்பினால் என்னால் முடிந்த அளவு நோயாளிகளுக்கு உதவி செய்ய வேண்டு-மென்ற எண்ணத்தினாலும் தான் இந்த முடிவுக்கு வந்திருக்கிறேன் இன்று சனிக்கிழமையாதலால் நான் வரும்

திங்கட்கிழமையிலிருந்து டியூடிக்கு வந்து விடுகிறேன் என்று முடித்தார். முதலில் இந்த விஷயத்தை சுமித்ராவிடமும் பத்மாவதியிடம் சொல்லி விட வேண்டுமென்று காரின் வேகத்தைக் கூட்டினார்.

தன் முயற்சியில் வெற்றி பெற்ற அந்த துப்பறிவாளன் மதனகோபாலை கண்டுபிடித்த சந்தோஷத்தில் அனுபமாவை நேரில் காண விரைந்து கொண்டிருந்தான். மதனகோபாலை கண்டுபிடிக்க அதிகம் பிரயத்தனப்பட வேண்டியிருக்கவில்லை. எல்லா மதுகடைகளிலும், பார்களிலும், கேளிக்கை அரங்குகளிலும் இரண்டு நாட்கள் அலைய வேண்டியதாகியது. குடியினால் சற்று வயதானவன் போலத் தோன்றினாலும், மதனகோபால் சுமித்ராவின் பெயரைச் சொன்னவுடன் போதை தெளிந்து சுய நினைவுக்கு வந்தான். அந்த துப்பறிவாளன் மீண்டுமொரு பாட்டிலை அவனுக்கு வாங்கி கொடுத்து விட்டு அவனால் தனக்கு ஒரு வேலை ஆக வேண்டியிருப்பதாகச் சொன்னான். ஒரு சல்லி காசு கூட தன்னிடம் இல்லாத போது, எந்த வேலையிலும் இல்லாத தன்னிடம் வந்து உதவி கேட்கும் இந்த முட்டாள் யார் என்று அதிசயமாகப் பார்த்தான். தான் சொல்ல வந்த விஷயத்தை சுய நினைவுடன் கேட்கும் நிலையில் இவன் இல்லை என்பதை புரிந்து கொண்ட துப்பறிவாளன், தான் மறுநாள் அதே பாரில் அவனை வந்து பார்ப்பதாகவும், தான் வரும் வரை குடிக்காமல், சுத்தமாக குளித்து விட்டு தன்னுடன் ஒரு இடத்துக்கு வர வேண்டுமென்றும் அங்கு சென்றால் நிறைய பணம் கிடைக்கும் என்றும்

சொல்லிவிட்டுச் சென்றான். நிறைய பணம் என்றவுடன் அவன் கண்கள் மலர்ந்ததைக் கவனித்தவன், கண்டிப்பாக நாளை இங்கு வந்து நமக்காக காத்திருப்பான் என்ற நம்பிக்கையில் சென்றான். மறுநாள் மதனகோபாலை அழைத்துக்கொண்டு தாங்கள் வழக்கமாக சந்திக்கும் ஹோட்டலுக்கு வருவதாக அனுபமாவிடம் டெலிஃபோனில் சொல்லியும் விட்டான்.

அதே சமயம் டாக்டர் வீட்டில் இல்லை என்பதைத் தெரிந்து கொண்ட அந்த முரட்டு தடியன் சுமித்ராவின் வீட்டு வாசல் கதவை வேகமாகத் தட்டிக் கொண்டி-ருந்தான். டாக்டரின் கார் வெளியில் இல்லை, வருவதற்கு நேரமாகும் என்று கணக்கிட்டான். வழக்கம் போல பத்மாவதி வாசல் கதவைத் திறந்து வந்திருப்பது யார் என்று புரியாமல் சில நொடிகள் பேசாமலிருந்தாள். நான் டாக்டரின் நண்பன், அவரைப் பார்த்து அவசரமாக சில விஷயங்களைப் பேச வேண்டும் என்று சொல்லி விட்டு நகராமல் அங்கேயே நின்று கொண்டிருந்தான். பத்மாவதி வாசல் கதவை மூட முடியாதவாறு தன் ஆஜானுபாகுவான உடலால் கதவை மறைத்துக்கொண்டு நின்றிருந்தான். பதில் சொல்ல யத்தனித்த பத்மாவதி சற்று பயந்து ‘டாக்டர் இப்போது வீட்டில் இல்லை, வருவதற்கு நேரமாகும், எதுவாயிருந்தாலும் நீங்கள் போய்விட்டு நாளைக் காலையில் வாருங்கள்’ என்றாள் பணிவுடன். அவன் கேட்பவன் போலத் தெரியவில்லை. அவளைத் தள்ளி-விடுபவன் போல உராய்ந்து கொண்டு உள்ளே நுழைந்து சோபாவில் உட்கார்ந்து கொண்டான். பத்மாவதிக்கு

பயத்தில் உடல் வியர்த்தது. டாக்டரைக் கூப்பிடலாமென்று தன் மொபைலை எடுக்க முயலும் போது அவன் வேகமாக அருகில் வந்து அதை தட்டிப் பறித்துக் கொண்டான். பேதலித்த பத்மாவதி ஓவென்று அலறத் தொடங்கினாள். அதற்குள் அவன் வாசற்கதவை உள்பக்கமாக மூடித் தாழ்ப்பாள் போட்டு விட்டான். சத்தத்தில் உள்ளே படுத்துக் கொண்டிருந்த சுமித்ரா தன் அறையிலிருந்து சற்று வேகமாக ஹாலுக்கு விரைந்தாள். முன்பின் பார்த்திராத ஒரு தடியன் கையில் பெரிய கத்தியுடன் பத்மாவதியை மிரட்டிக்கொண்டிருப்பது தெரிந்தது. அவன் இப்போது தனக்கு முதல் இரையாக வேண்டிய சுமித்ரா வெளியே வந்து விடவே தன் கவனத்தை பத்மாவதியிடமிருந்து திருப்பி சுமித்ராவின் அருகில் சென்றான்.சமயோஜிதமாக பத்மாவதி தனக்கருகிலிருந்த ஒரு சிறிய ஸ்டூலை அவனுக்கும் சுமித்ராவுக்கும் நடுவில் வேகமாக தள்ளிவிட்டாள். இதைச் சற்றும் எதிர்பார்க்காத அந்த தடியன் வேகமாக ஓடி வந்த தருணத்தில் அந்த ஸ்டூல் இடறி தடாலென்று கீழே விழுந்தான். வேகம் குறையாமல் ஸ்டூல் டீவி இருந்த மேஜையின் மீது மோதி நின்றதால், மேஜை ஆட்டம் கண்டு அந்த கனமாக டீ.வி அந்த தடியன் தலை மீது விழுந்து அவன் ஓவென்று அலறிக்கொண்டு ரத்தம் பீரிட தலையைப் பிடித்துக் கொண்டு சில நொடிகளில் மயக்கமடைந்தான். சுமித்ராஒன்றும் புரியாமல் சோபாவில் சரிந்தவள் மயக்கமடைந்தாள். அப்போது தான் டாக்டர் காரை விட்டு கீழே இறங்கி வாசல் கதவைத் தட்டினார். சுதாரித்துக் கொண்டு பத்மாவதி

ஓடிச்சென்று கதவைத் திறந்து டாக்டரைப் பார்த்து சற்று நிம்மதியடைந்தாள். அந்த தடியன் இப்போது ரத்த வெள்ளத்தில். முகத்தில் டி.வியின் உடைந்த பாகங்களின் கண்ணாடிப் போன்ற துகள்கள் அதிக ரத்தத்தை வெளியேற்றிக்கொண்டிருந்தது. டாக்டருக்கு அந்த இரண்டு மூன்று நொடிகளில் எல்லாம் புரிந்துவிட்டது. பத்மாவதியும் துணிவை வரவழைத்துக் கொண்டு சற்று நேரத்துக்கு முன் நடந்த அனைத்து நிகழ்வுகளையும் படபடவென்று சொல்லி விட்டாள். டாக்டர் அவனை தனக்கு தெரியாதென்றும், தன் நண்பனில்லை என்றும் சொல்லிவிட்டு அவனை நோக்கி நடந்தார். நடுவில் சோபாவில் சுமித்ரா மயக்கத்திலிருந்தாள். முதலில் அவளை கவனித்து விட்டு பயப்படும்படி ஒன்றுமில்லை என்று தெரிந்து கொண்டு, பிறகு அவனை பரிசோதிக்கத் தொடங்கினார். ஸ்டூல் காலில் இடறியதால் கால்முட்டியில் பலத்த காயம், ஸ்டூல் சிறியதாக இருந்தாலும் அவன் வேகமாக ஓடி வந்து அதன் மேல் மோதியதால் முட்டியில் காயம் பலமாகிவிட்டது. புசுபுசுவென்று அந்த இடம் வீங்கத் தொடங்கியதைப் பார்த்த டாக்டர் கண்டிப்பாக எலும்பு முறிவுதான் என்று தெரிந்து கொண்டார். பத்மாவதியைப் பார்த்து உடனே வெந்நீர் வைத்து ஒரு டவலை வெந்நீரில் நனைத்துக் கொண்டு வரும்படி உத்தரவிட்டார். தானும் அறைக்குச் சென்று மாரிமுத்து கொண்டு வந்து கொடுத்துவிட்டுப்போன முதலுதவிப் பெட்டியை எடுத்துக்-கொண்டு அவனருகில் ஓடி வந்தார். உபகரணங்களின் உதவியுடன் முகத்தில் கீரியிருந்த கண்ணாடி சில்லுகளை

ஒவ்வொன்றாக பத்திரமாக எடுத்துவிட்டு தலையில் அடிபட்ட இடத்தை பரிசோதித்தார்.

காயம் அதிக ஆழமாகப்படவில்லை. விழுந்த அதிர்ச்சியிலும் ரத்தப்போக்கிலும், கால் எலும்பு முறிந்த வேதனையிலும் தான் அவன் மயக்கமடைந்திருக்கிறான் என்று தெரிந்தது. முதலுதவிப் பெட்டியிலிருந்து எல்லா மருந்துகளையும் எடுத்து தேவையான முதலுதவியைச் செய்தார். அதற்குள் பத்மாவதியும் வெந்நீருடன் ஒரு டவலையும் கொண்டு வந்தாள். நன்றாக துடைத்து பலமாக ஒரு கட்டு போட்டு விட்டு ஆம்புலன்சுக்கு டெலிஃபோன் செய்தார். வேதனைக்கிடையில் அந்த தடியன் கண்விழித்துப் பார்த்து டாக்டருக்கு இரண்டு கைகளையும் கூப்பி வணக்கம் தெரிவித்தான். உங்கள் வீட்டிலிருக்கும் ஒரு பெண்மணியை காயப்படுத்த வந்த எனக்கு முதலுதவி செய்து உடனே மருத்துவமனைக்கும் அனுப்ப ஏற்பாடு செய்த உங்களுக்கு நான் எப்படி நன்றியைத் தெரிவிப்பேன் என்று கதறியழுதான். எங்களுக்கும் உனக்கும் எந்த பகையும் இல்லாதபோது ஏன் அந்த பெண்மணியைத் தாக்க முயற்சித்தாய் என்று டாக்டர் கேட்கும்போது அவன் 'நானாக இங்கு வரவில்லை டாக்டர், உங்கள் முன்னாள் மனைவி திருமதி அனுபமா' என்று சொல்லி முடிக்கும் முன் அவன் வாயைப் பொத்தினார் டாக்டர் சுந்தரம். நல்ல வேளை சுமித்ரா மயக்கநிலையிலும், பத்மாவதி ரத்தக்கறை படிந்த துணிகளை அலச குளியலறையிலும் இருந்ததால் அவனது

நோக்கம் இருவருக்கும் தெரியவில்லை. டாக்டர் சுந்தரம் அதைப் பெரிதுபடுத்த விரும்பவில்லை.

ஆம்புலன்ஸ் வந்து அவனை ஏற்றிக்கொண்டு செல்லும் போது டாக்டர் அவன் ஏதோ வீட்டு வேலை தேடி வந்தவன் என்றும் ஹாலில் ஸ்டூலில் இடறி கீழே விழுந்து தானே அடிபட்டுக் கொண்டான் என்றும், தான் ஏற்கனவே முதலுதவி செய்து விட்டதாகவும் அவர்களிடம் சொன்னார். எலும்பு முறிவு குணமாக இன்னும் ஆறு மாதங்களாவது ஆகும் என்று அவருக்குத் தெரியும். பாதி மயக்கத்திலும், பாதி வேதனையிலுமிருந்த அந்த தடியன் மீண்டும் அவரை இரு கைகளும் கூப்பி வணங்கிவிட்டு கன்னங்களில் விழுந்த நீரை துடைக்க முடியாமல் தவித்தான்.அப்போது பார்த்து மாரிமுத்துவும் அந்த காரியதரிசியும் ஆட்டோவில் வந்திறங்கினார்கள். ஆம்புலன்ஸ் வேனில் ஏற்றப்பட்ட தடியனை இருவருக்கும் நன்றாக அடையாளம் தெரிந்தது.

அதே நேரத்தில் கடந்த இருபத்து நான்கு மணி நேரம் குடிக்காமலிருந்த மதனகோபாலும், அனுபமாவும், அந்த துப்பறிவாளனும் வழக்கமாக கூடும் ஹோட்டலில் சந்தித்தனர். மதனகோபால் அனுபமாவுக்கு அறிமுகப்படுத்திய அந்த துப்பறிவாளன் தன் வேலை முடிந்து விட்டதென்றும் தனக்குச் சேர வேண்டிய பணத்தைக் கொடுத்துவிட்டால் தான் தன் வழியில் போய் விடுவதாகவும் சொன்னான். நீங்கள் மதனகோபால் மூலம் பெற வேண்டிய உதவியை நேரடியாகவே பெற்றுக்கொள்ளலாம், இடையில் நான் தேவையில்லை, எனக்கும் பல வேலைகள் பாக்கியிருக்கின்றன

என்றான். அனுபமாவின் கைப்பையிலிருந்து ஒரு கவர் வெளியே எடுக்கப்பட்டது. அந்த கவர் அவள் முன்பே சொன்னது போல முன்பு கொடுத்ததை விட இரண்டு மடங்கு அதிக கனமாகத் தான் இருந்தது. சந்தோஷமாக வாங்கிக்கொண்டு அவர்கள் இருவரையும் தனியே பேசிக்கொள்ளட்டும் என்று அந்த இடத்தை விட்டு நகர்ந்தான்.

கைமாறிய கவரின் கனத்தை நோட்டமிட்ட மதன-கோபால் நல்ல பசையுள்ள இடம் போலத்தான் தெரிகிறது. இவளுக்கு என்னிடம் என்ன உதவி தேவையென்று சற்று குழப்பமடைந்தான். அனுபமா இவனைப் போன்ற ஆட்களுடன் பொது இடத்தில் உட்கார்ந்து பேசுவதையே அருவருப்பாக நினைத்தவளாய் 'இங்கே பாருங்கள் மிஸ்டர் மதனகோபால் அதிகநேரம் பேசி என் நேரத்தை வீணாக்க விரும்பவில்லை. நான் யார் என்று நீங்கள் தெரிந்து கொள்ள வேண்டிய அவசியமும் இல்லை. நீங்கள் சுமித்ரா என்ற பெண்ணுடன் பல வருடங்களுக்கு முன் திருமணம் செய்து கொண்டதும், பின்னால் பிரிந்ததும் கூட எனக்குத் தெரியும். ஆகவே நான் சொல்வது போல நீங்கள் செய்தால் நான் உங்களுக்கு ஐம்பதாயிரம் ரூபாய் கொடுத்துவிடுவேன். வேலை முடிந்ததும் நீங்கள் யாரோ, நான் யாரோ பணத்தை வாங்கிக்கொண்டு பறந்துவிடலாம், மீண்டும் என்னைச் சந்திக்க முயன்றால் என் பணபலத்தாலும் எனக்கிருக்கும் செல்வாக்கினாலும் உங்களை ஒன்றுமில்லாமல் செய்து விட முடியும் என்றாள். போலீஸில் பிடித்துக் கொடுக்கவும் தயங்க

மாட்டேன், உங்களால் செய்ய முடிந்த உதவிதான், முடியுமா முடியாதா என்று இப்போதே சொல்ல வேண்டும், அட்வான்ஸாக இதோ பணம் இருபத்தைந்தாயிரம் என்று தன் கைப்பையை திறந்து காட்டி விட்டு உடனே மூடினாள். போலீஸ் என்றதும் சற்று பயம், ஏற்கனவே சுமித்ரா மூலமும், பின் விஜயவாடாவில் மாட்டிக்கொண்டு போலீஸில் பட்ட அடிகள் நினைவுக்கு வந்தன. சட்டென்று ஒரு முடிவுக்கு வந்தவனாக என்ன உதவி வேண்டும் மேடம், தயங்காமல் சொல்லுங்கள் நான் செய்து முடித்து விட்டு மீதி பணத்தை வாங்கிக்கொண்டு ஐதராபாத்தை விட்டே ஓடி விடுகிறேன் என்று சொன்னான். தயங்காமல் அனுபமா விஷயத்துக்கு வந்தாள், நீங்கள் மீண்டும் இரண்டு முறை சுமித்ராவின் வீட்டுக்குச் செல்ல வேண்டும். முதல் முறை அவள் கணவன் என்று உரக்கச் சொல்ல வேண்டும். முதல் முறை அவளை பார்க்க விடாமல் அங்கு இருப்பவர்கள் தடுத்தாலும், மீண்டும் இரண்டு நாட்களுக்குப் பின் அங்கு சென்று ரகளை செய்து விட்டு வெளியேற வேண்டும் அவ்வளவு தான் என்றாள். மதனகோபால் இதற்கா ஐம்பதாயிரம் என்று மகிழ்ச்சி-யடைந்து அவளிடமிருந்து பணத்தை வாங்கிக்கொண்டு இரண்டு நாட்கள் கழித்து அவள் வீட்டிற்குச் செல்வதாகச் சொல்லி விட்டு நகர்ந்தான். போகும் போது அனுபமா தனது சொந்த செல்போன் நம்பரைக் கொடுத்து விட்டு அதில் மட்டும் தான் தன்னை கூப்பிட வேண்டும் என்று உத்தரவிட்டுச் சென்றாள்.

அடுத்த இரண்டு நாட்களும் குடிக்காமலிருந்து தன்னை நல்லவனாகக் காட்டிக்கொண்டு சுமித்ராவின் வீட்டிற்குச் செல்ல வேண்டுமென்று மனக்கோட்டை கட்டிக்கொண்டே தன் இருப்பிடத்துக்குத் திரும்பினான். யார் இந்த பெண்மணி, ஏன் இதுபோன்ற உதவியை தன்னிடம் கேட்கிறாள், நாம் இதுபோல செய்தால் அவளுக்கு என்ன ஆதாயம் என்று பல கேள்விகள் மனதில் எழுந்தாலும், தேவையில்லாதவைகளை தெரிந்து கொள்ளாமலிருப்பதே நல்லது என்ற முடிவுக்கு வந்தான்.

சுமித்ரா வீட்டு வாசலில் நின்றுகொண்டிருந்த மாரிமுத்துவும் அனுபமாவின் காரியதரிசியும் டாக்டர் சுந்தரத்தைப் பார்த்து அவருடன் தனியே பத்து நிமிடங்கள் பேச வேண்டும் என்று கேட்டுக் கொண்டார்கள். மயக்கம் தெளிந்து எழுந்த சுமித்ராவுக்கு ஒன்றும் புரியவில்லை. டாக்டர் சுந்தரத்தை அணுகி யாரந்த முரடன்? எங்கே போனான், ஏன் இங்கு வந்தான், உங்களுக்கோ, பத்மாவதிக்கோ ஒன்று ஆகவில்லையல்லவா என்று சரமாரியாக கேள்விகளை அடுக்கினாள். 'பதட்டப்படாதே சுமி ஏதோ திருட வந்தவனாக இருக்கலாம், எங்களுக்கும் அவனைப்பற்றி ஒன்றும் தெரியாது. அவன் போதாத நேரம், ஸ்டூல் தடுக்கி விழுந்து காலை முறித்துக்கொண்டான். அவனுக்கு முதலுதவி செய்து அவனை மருத்துவமனைக்கு அனுப்பி விட்டோம். இனிமேல் அவனால் எந்த தொந்திரவும் இருக்காது என்று பதிலளித்தார்.

சுமித்ராவை கைதாங்கலாக பிடித்துக்கொண்டு பத்மாவதி அவளை அவள் அறைக்கு அழைத்துக்கொண்டு

போனாள். அவர்கள் இருவரும் உள்ளே சென்றதும் இருவரும் இதுவரை நடந்தவைகள் அனைத்தையும் ஒன்றுவிடாமல் டாக்டரிடம் சொல்லி இனியும் இவர்கள் ஐதராபாத்தில் இருப்பது நல்லதல்ல என்று வேண்டிக் கொண்டார்கள். உங்களுக்காக இல்லாவிட்டாலும் சுமித்ரா அம்மாவுக்கு அவர்கள் தொல்லை கொடுக்காமலிருக்க வேண்டும் என்பதால் நீங்கள் மூவரும் வேறு ஊருக்கு செல்வதே அனைவருக்கும் நல்லது என்று சொல்லி முடித்தான். காரியதரிசியும் அந்த தடியன் அலுவலகத்திலிருந்து அனுபமா கொடுத்த பணத்துடன் வெளியேறியதையும் சொல்லி விட்டாள். அனுபமா ஏதோ துப்பறிவாளன் உதவியை நாடி சுமித்ராவின் பழைய கால வாழ்க்கையைப் பற்றி விசாரித்துக் கொண்டிருப்பதையும் சொன்னான். எல்லாவற்றையும் கவனமாகக் கேட்டுக்கொண்டதும் டாக்டர் சுந்தரம் எடுத்த முடிவு தான் பஞ்சகனிக்குச் சென்று தன் பால்ய நண்பர் ரவியின் மருத்துவமனையில் சேர்ந்து வேலை செய்யலாம் என்பது. அதன்படியே ஆயிற்று அவர்கள் மூவரின் பஞ்சகனி பயணம்.

மூன்று நாட்கள் கழித்து மதனகோபால் அந்த வீட்டிற்கு வந்தபோது அவனை வரவேற்றது பூட்டியிருந்த கதவு. 'ஐயோ, வடை போச்சே!' இனி மீதி இருபத்தைந்தாயிரம் ரூபாய் கிடைக்காதா, இந்த வீடு பூட்டியிருக்கும் விஷயத்தை அனுபமா மேடத்திடம் சொன்னால் மீதி பணத்தைக் கொடுக்காமல் ஏற்கனவே கொடுத்த இருபத்தைந்தாயிரத்தையும் பிடுங்கிக் கொள்வார்கள் என்ற பயத்தில் கம்பி நீட்டினான் விஜயவாடாவுக்கே! அனுபமாவைப்

பார்த்து சொல்லிவிட்டுப் போக அவனுக்கென்ன பைத்தியமா பிடித்திருக்கிறது. அடிபட்ட முரடனும் திரும்பி அனுபமாவை பார்க்கவரவில்லை. மதனகோபாலும் தலைமறைவானான். அனுபமாவின் கனவுகள் முடிவு பெறாமலேயே கலைந்த வண்ணமிருந்தன. ஆனால் விதி அவனை மீண்டும் அவர்களை ஐதராபாத்தில் சந்திக்க வைத்தது.

“எதிர்பாராத சந்திப்பு”

❧ ❧ ❧

விரக்தியடைந்த மார்ட்டினும் ஆறுதல் சொல்ல வார்த்தைகளில்லாத சாராவும் பாரிஸ் விமான நிலையத்திலிருந்து ஒன்றும் பேசாமல் அவர்கள் இல்லத்தை அடைந்தனர். சட்டென்று தோன்றிய யோசனையில் சாராதான் முதல் முதலில் பேச ஆரம்பித்தாள். ‘மார்ட்டின் இன்னும் கூட என்னால் நம்பமுடியவில்லை, ஒரு அறிகுறியும் இல்லாமல் உன் இரத்தத்தில் இத்தனை நாட்கள் எப்படி அந்த எய்ட்ஸ் என்னும் நோய்க்கிருமி பரவியிருந்தது என்று வியப்பாகவே இருக்கிறது. நம் இருவரின் இரத்த மாதிரிகளையும் கொடுத்து ஊர்ஜிதம் செய்து கொண்டு பின்னர் ஒரு நல்ல டாக்டரை அணுகலாம்‘ என்றாள். ‘என்ன செய்து என்ன பயன் சாரா, நாம் கட்டியிருந்த மனக்கோட்டை பொடிப்பொடியாக தகர்ந்து விட்ட பின் முடிவு எப்படியிருந்தாலும் எனக்கு வாழ்க்கையில் இனி பிடிப்பு ஏற்படாது. நான் அதற்குத் தயாராக இல்லை’ என்று மறுத்தான். ஆனால் சாரா விடாப்பிடியாக அவனை நச்சரித்துக் கொண்டேயிருந்தாள். ‘எய்ட்ஸ் உடலில் இருப்பதற்கான எந்தவித அறிகுறிகளுமே என் உடலில் தோன்றாதது தான் ஆச்சர்யமாக இருக்கிறது’ என்றான். அதனால்

தான் நான் சொல்கிறேன், நாம் மீண்டும் பரிசோதித்துக் கொள்வது அவசியம் என்று தன் பக்கத்து விவாதத்தை முன் வைத்தாள். விளைவு அன்று மதியம் இருவரும் பாரிஸிலிருக்கும் ஒரு புகழ்பெற்ற மருத்துவமனையில் ரத்த மாதிரியை பலவித டெஸ்ட்களுக்கு கொடுப்பதற்காக காத்துக் கொண்டிருந்தனர். இதற்கு டாக்டரையெல்லாம் பார்க்க வேண்டாம், சற்று நேரத்தில் லேப் உதவியாளரே வந்து மாதிரிகளை எடுத்துக்கொண்டு போய்விடுவார். நீங்கள் இருவரும் நாளை இந்த நேரத்துக்கு இங்கு வந்து ரிப்போர்ட்டுகளை வாங்கிக்கொண்டு செல்லலாம் என்று சொல்லிவிட்டு தன் வேலையில் ஆழ்ந்துவிட்டாள் அந்த பெண். அவர்கள் இருவரின் பெயர்களையும் அழைத்து ஐந்து நிமிடங்களில் வந்த வேலையை முடித்து அனுப்பப்பட்டார்கள். மறுநாள் அவர்களுக்கு அந்த ரிப்போர்ட்டை பார்த்து பெரிய அதிர்ச்சி, சாராவுக்கும் மார்ட்டினுக்கும் ரத்த சாம்பிளில் எந்தவித நோய்க்-கிருமிகளும் இல்லை என்று தெளிவாக அச்சிடப்பட்டிருந்தது.

முதலில் சந்தோஷமடைந்தாலும் இன்னொருமுறை ஊர்ஜிதம் செய்து கொள்ள அவர்கள் மதுரையில் கொடுத்த ரிப்போர்ட்டுடன் ஒப்பிட்டு பார்த்து மீண்டும் அதிர்ச்சியடைந்தனர். இப்போது தான் மார்ட்டின் அந்த மதுரை ரிப்போர்ட்டை முழுவதுமாகப் படித்தான். அவன் இரத்த குரூப்பே 'பி' என்று ஆரம்பித்து அந்த ரிப்போர்ட் தொடர்ந்தது. மார்ட்டினுக்கு தன் இரத்தப்பிரிவு 'ஓ' என்று நன்றாகத் தெரியும். யாருக்கு வேண்டுமானாலும் இரத்த தானம் கொடுக்க தகுதி பெற்ற ஒப்பற்ற குரூப் 'ஓ'

என்பதால் அவனுக்கு எப்போதும் ஒரு தனி பெருமை. ஆனால் மதுரை ரிப்போர்ட்டில் 'பி' என்று எழுதியிருந்தது. இன்னும் குழப்பமாகவே இருந்தது, எதற்கும் இருக்கட்டு-மென்று மார்ட்டின் மட்டும் மருத்துவமனை ஊழயர்களிடம் அதிக விவரம் சொல்லாமல் மீண்டும் தனக்கு மட்டும் இரத்த பரிசோதனை செய்து கொடுக்கும்படி கேட்டுக்-கொண்டான். மறுநாளும் அதே முடிவு. அவனுக்கு எய்ட்ஸ் நோய் இல்லை என்று திட்டவட்டமாக தீர்மானமாகியது.

தனக்கு எந்த பிரச்சினையும் இல்லை, அது மதுரையில் நடந்த அசம்பாவிதம் மட்டுமே என்று புரிந்தாலும், அப்போதைய மனநிலையில் மார்ட்டின் மதுரையில் தன் ரத்தப் பரிசோதனையின் முடிவை வேறு ஒருவருக்காக என்று கருதியிருப்பார்கள் என்று நினைத்தான். உண்மையிலேயே நோயுற்ற அந்த மனிதன் தனக்கு எந்தவித வியாதியும் இல்லை என்று எண்ணிக்கொண்டு நாட்களை கடத்திக் கொண்டிருப்பானே, இந்த தவறை சரிபடுத்தவேண்டாமா எனவும் நினைத்தான். சாராவும் அதே மனநிலையில் தான் இருந்தாள். இப்போது செய்ய வேண்டியது மதுரைக்குச் சென்று அந்த மருத்துவமனை-யிலேயே மீண்டும் விஜாரித்து தன்னுடைய ரத்த மாதிரி குப்பி யார் பெயரில் இருந்தது என்பதைக் கண்டுபிடித்து தகுந்த நடவடிக்கைகளை எடுக்க வேண்டும் என்றே தீர்மானித்தனர். ஆனாலும் மீண்டும் நீலகண்டனையும், காமாட்சியையும் பார்த்து தங்களின் நிலைபாட்டை சொல்லும் மனநிலையில் இருவருமே இல்லை. அதுவும் ஐந்து வயது மீனாவின் மனக்கோட்டையை தகர்த்து

விட்டு சரியான காரணத்தைக் கூட சொல்லாமல் வேக வேகமாக திரும்பி வந்து விட்டோமே என்ற குற்ற உணர்வு அவர்கள் இருவரையும் ஆட்டி வைத்தது. மதுரைக்கு போவதா, வேண்டாமா என்ற குழப்பம்.

நீண்ட விவாதங்களுக்குப் பின் இருவரும் மீண்டும் மதுரைக்கு பயணமாவது என்று முடிவானது. நீலகண்டனை முக்கியமாக மீனாவை பார்க்கவேண்டாமென்றும், அந்த மருத்துவமனைக்கே சென்று மீண்டும் இந்த மாதிரியைக் கொடுத்து பரிசோதனை செய்து கொள்வதென்றும் பிறகு மற்றவைகளை பார்த்துக் கொள்ளலாம் என்று தீர்மானித்தனர். அதே ஏர்பிரான்ஸ் விமானம், அதே ராடிசன் ஹோட்டல், அதே இண்டிகோ என்று மதுரை வந்து சேர்ந்தாகி விட்டது. ஹோட்டலில் அறை எடுத்துக்கொண்டு இருவரும் தயாராகி அந்த மருத்துவமனையை அடைந்தனர். மார்ட்டினுக்கு மட்டும் இரத்த பரிசோதனை செய்து கொள்ள வேண்டுமென்றும், ரிப்போர்ட்டை மறுநாள் வந்து வாங்கிக் கொள்வதாகவும் சொல்லிவிட்டு இந்த முறை குப்பியில் தன் பெயர் சரியாக எழுதப்படுகிறதா என்று பார்த்து விட்டு வேலையை முடித்துக்கொண்டு கிளம்பிவிட்டார்கள்.

நாம் நினைத்தது போலெல்லாமா நடக்கிறது. யாரைப் பார்க்க வேண்டாமென்று நினைத்தார்களோ, அதே நீலகண்டன் எதிரே வந்து கொண்டிருந்தான். இவர்கள் அவனைத் தவிர்க்க நினைத்தாலும், நீலகண்டன் ஆர்வத்தில் ஓடி வந்து மார்ட்டினின் கையைப் பிடித்துக் கொண்டான். அவனுக்கு எப்படி மறக்கும்? தர்ம

சங்கடமான நிலையில் சாராவும், மார்ட்டினும் வேறு வழி-யில்லாமல் தாங்கள் பாரீஸ் சென்றதும் மறுபரிசீலனை இரண்டு முறை செய்து கொண்டதையும் இரண்டு முடிவு-களிலும் எந்தவிதநோயும் இல்லையென்று தெரிந்ததாகவும் சொல்லிவிட்டு அந்த ஆதாரங்களைக் காட்டினார்கள். அதிர்ச்சியடைந்த நீலகண்டன் மறுநாள் வரை காத்திருக்கலாம், இவர்கள் கொடுக்கும் பரிசோதனை முடிவு சான்றிதழ்களைப் பார்த்து பின் தக்க நடவடிக்கை எடுக்கலாம் என்று யோசனை கூறினான். எதிர்பார்த்தபடி மறுநாள் பரிசோதனை முடிவுகள் பாரிசில் சொன்ன முடிவுகளையே உறுதிப்படுத்தின. மார்ட்டினின் இரத்தப்-பிரிவும் “ஓ” பிரிவு என்று துல்லியமாக எழுதப்பட்டிருந்தது. மூவரும் தலைமை டாக்டரை பார்க்க வேண்டும் என்று அந்த மருத்துவமனை சிப்பந்தியிடம் கேட்டுக்கொண்டு அவரது வருகைக்கு காத்துக் கொண்டிருந்தார்கள். நோயாளிகளை பார்த்து அனுப்பிவிட்டு அந்த பெரிய டாக்டர் கடைசியாக இவர்களை உள்ளே அழைத்தார்.

மார்ட்டினே முதலில் பேச ஆரம்பித்து சில நாட்களுக்கு முன் அந்த மருத்துவமனையில் தான் பரிசோதித்துக் கொண்ட சான்றிதழையும், பிறகு பாரீஸில் பெற்ற இரண்டு சான்றிதழ்களையும் அன்று மதியம் அவர்கள் மருத்துவமனையிலேயே பெற்ற சான்றிதழ்களையும் அவரிடம் காட்டினான். அதிர்ச்சியடைந்த டாக்டருக்கு எல்லாம் புரிந்துவிட்டது. முதன்முறையாக மார்ட்டின் பரிசோதனைக்கு வந்த அன்று பதிவாகியிருந்த ரிஜிஸ்டரை கொண்டு வரும்படி உத்தரவிட்டார். அன்றைய தினம்

அலுவலக நேரம் முடியும் நேரம் மூன்று பேருக்கு இரத்தப்பரிசோதனைக்கு ஏற்பாடாகியிருந்தது. சாரா, மார்ட்டின் மற்றும் மாணிக்கம். டாக்டர் மூவரின் சான்றிதழ் நகல்களையும் அலுவலகத்திலிருந்து வரவழைத்துப் பார்த்தார். மார்ட்டினின் சான்றிதழில் இரத்தப்பிரிவு 'பி' என்று குறிப்பிடப்பட்டிருப்பதையும் கவனிக்கத் தவறவில்லை. படித்து பட்டம் பெற்று அதிக அனுபவமுள்ள டாக்டரல்லவா! உடனே நடந்த விஷயத்தைப் புரிந்து கொண்டார். பதிவேடுகளில் அந்த மாணிக்கம் என்ற நடுத்தர வயது ஆண் ஒரு பள்ளியில் வாகனம் ஓட்டுனராக பணிபுரிகிறார் என்று தெரிந்து, கொடுத்திருந்த மொபைல் எண்ணில் கூப்பிட்டார். யாரும் எடுக்கவில்லை, இரண்டு மூன்று முறை அழைத்தும் பலனில்லை. கொடுத்திருந்த விலாசத்திலிருந்து அந்த பள்ளியின் மனித வளாகப் பிரிவை அழைத்தார். இவர் மாணிக்கம் என்ற டிரைவரைப் பற்றி கேட்டதும் அந்த முனையிலிருந்த குரல் மாணிக்கம் இறந்து சில நாட்களாகின்றன. அதிக உடல் நலமில்லாத மாணிக்கம், இரத்த கொதிப்போ, இதயநோயோ ஏதோ ஒன்றில் இறந்து விட்டதாகச் சொல்லி, போனை வைத்துவிட்டார். டாக்டர் மீண்டும் அவரையே விளித்து தான் மாணிக்கத்தின் நெருங்கிய உறவினர் என்றும் அவரது வீட்டு அட்ரசையும் சென்ற வருடத்திய மெடிக்கல் சர்ட்டிபிகேட்டையும் தனக்கு தர முடியுமா என்று கேட்டார். குடும்பத்தினருக்கு காப்பீட்டுத் தொகை வாங்கிக் கொடுக்கலாமென்ற நல்லெண்ணத்தில் செயல்படுவதாகச் சொன்னதும்,

அவர் கேட்ட விவரங்கள் கொடுக்கப்பட்டன. சென்ற வருடத்திய இரத்தப்பரிசோதனை காகிதத்திலிருந்து மாணிக்கத்தின் இரத்தப்பிரிவு 'பி' என்று தெரிந்தது. மருத்துவமனை சிப்பந்தி அவசரத்தில் குப்பிகளில் பெயர்கள் மாற்றி எழுதியது புலனாகியது. இனி என்ன செய்து என்ன பயன்? மாணிக்கம் இறந்து விட்டான். புதைக்கப்பட்டோ, எரிக்கப்பட்டோ இருக்கலாம். அந்த ஏழை குடும்பத்தினர் இறந்த பின் மறு பரிசீலனை செய்திருக்கவா போகிறார்கள் என்று விரக்தியுடன் தன் வருத்தத்தை அவர்களுக்கு தெரிவித்தார். இத்தகைய தவறுகள் எப்போதாவது லட்சத்தில் ஒருமுறை ஏற்பட்டு விடுவதென்றும் அதற்காகத் தான் மன்னிப்பு கேட்டுக் கொள்வதாகவும் சொன்னார். மார்ட்டின் 'தவறுகள் ஏற்படுவது எப்போதாவது நடக்கும் என்பது எனக்கும் புரிகிறது டாக்டர், ஆனால் எனக்கு கொடுத்த சான்றிதழில் உங்கள் மருத்துவமனை சிவப்பு மையினால் 'எய்ட்ஸ்' இருக்கிறது என்று எழுதியவர்கள் என்னை அழைத்து மீண்டும் ஒருமுறை இரத்தப் பரிசோதனை செய்திருக்கலாமல்லவா? நாங்கள் மீண்டும், மீண்டும் வந்து கேட்ட போதும் பதப்படுத்தி வைத்த மாதிரியைக் காட்டினீர்களே, என்னை மீண்டும் பரிசோதித்து பார்த்தீர்களா?' என்று கோபத்தில் விரக்தியுடன் கேட்டான். அவன் கேட்பதிலும் நியாயம் இருப்பதை புரிந்து கொண்ட டாக்டர் பதில் பேச முடியாது அவன் முன் இரு கைகளையும் கூப்பிக்கொண்டு நின்றார் ஒரு குற்றவாளி போல! இனி என்னபேசி என்ன பயன், இனிமேலாவது சற்று

யோசித்து இதுபோன்ற தருணங்களில் செயல்படுங்கள் என்று சொல்லிவிட்டு மூவரும் வெளியேறினார்கள். சாராவோ, மார்ட்டினோ மீண்டும் தத்தெடுப்பதைப்பற்றி ஒரு வார்த்தை கூட நீலகண்டனிடம் பேசவில்லை. நீலகண்டன் தழுதழுத்த குரலில் நீங்கள் மீனாவை தத்தெடுத்துக் கொள்ள வேண்டாம் சார், ஆனால் ஒரே ஒரு முறையாவது அவளையும், காமாட்சியையும் வீட்டிற்கு வந்து பார்த்து விட்டு இந்த விஷயத்தையும் நீங்களே அவர்களிடம் சொன்னால் நன்றாக இருக்கும், அது மட்டுமே என் வேண்டுகோள் என்றான். மறுக்க முடியவில்லை. மீனாவின் உருவம் கண்களில் பதிந்து விட்டிருந்தது. நேரே போய் ஒருமுறை பார்த்து விட்டு வரலாம் என்று புறப்பட்டனர்.

இனி மாணிக்கத்தைப் பார்த்து உண்மையைக் கூறி, முயற்சி செய்து ஏதாவது மருத்துவ சிகிச்சை எடுத்துக் கொள்ளும்படி சொல்ல முடியாது. அந்த கொடிய நோய்க்கு நிவாரணம் கண்டுபிடிக்கவில்லையென்றாலும், மரணத்தை தாமதப்படுத்தியிருக்கலாமே என்ற ஆதங்கம் மட்டும் மிஞ்சியது.மார்ட்டின் வாங்கிக் கொடுத்த பிளாட் அந்த நகரத்தின் மையப்பகுதியிலிருந்த வளாகத்தில் இருந்தது. அவர்களை அங்கு பார்த்ததும் காமாட்சிக்கு சந்தோஷம் தாங்கவில்லை. இவ்வளவு விரைவில் அவர்களை மதுரையில் சந்திக்கக்கூடும் என்று அவள் நினைத்துப் கூட பார்க்கவில்லை. மீனாவை அப்போது தான் பள்ளிக்கூடத்தில் சேர்த்திருந்தார்கள். மாலை திரும்பி வரும் வரை அங்கேயே தங்கியிருந்து அவளை ஒருமுறை

பார்த்துவிட்டு போகலாமென்று அமர்ந்திருந்தனர். பள்ளிச்சீருடையில் பொறுமையாக நடந்து வந்த மீனாவுக்கு என்ன செய்வதென்று புரியவில்லை. ‘சாரா ஆண்ட்டி’ என்று சொல்லிக்கொண்டே ஓடி வந்து அவளை அணைத்துக் கொண்டாள். சாரா தன் கண்ணீரை தடுக்க முயன்று தோற்றாள். ஆசுவாசப்படுத்திக் கொண்டு மொத்த விவரங்களையும் காமாட்சியிடமும் சொன்னார்கள். மீனாவுக்கு பாதிக்கு மேல் புரியவில்லை. தான் அவர்களுடன் வெளிநாட்டிற்கு போகப்போவதில்லை என்று மட்டும் புரிந்தது.

மீனா சற்று நேரத்திற்கு பிறகு காமாட்சியின் மாமன் மகன் சரவணனுடன் விளையாடச் சென்றுவிட்டாள். பத்து வயது நிரம்பிய சரவணன் அருகிலிருக்கும் வீட்டில் தன் பெற்றோர்களுடன் வசித்து வந்தான். முன்பெல்லாம் அத்தை காமாட்சியையும், மீனாவையும் பார்ப்பது அரிது. அவர்கள் கோவில் அருகில் வசித்து வந்த போது போய் பார்ப்பது கிடையாது. மார்ட்டின் உதவியால் இவர்கள் இருக்கும் பகுதியிலேயே அவர்கள்தங்குவதற்கு வந்தபிறகு போக்குவரத்து அதிகமாகியது. மீனாவுக்கும் பள்ளியை விட்டு வந்ததும் விளையாட துணை கிடைத்தது குறித்து சந்தோஷமே. காமாட்சியின் மாமன் சற்று வசதியுள்ளவன். ஜவுளிக்கடை வைத்து வியாபாரம் செய்து கொண்டிருந்தான். அவனுக்கு காமாட்சி நீலகண்டனின் வறுமை நிலையைக் குறித்து சற்று வருத்தமே. இருந்தாலும் என்ன செய்வது, தன் மனைவி சொல்படி கேட்டுக்கொண்டு அவர்களை சற்று தூரத்திலேயே வைத்துக்

கொண்டிருந்தான். எங்கே பண உதவி கேட்டு வந்து விடுவார்களோ என்ற பயம் கணவன் மனைவி இரு-வருக்குமே இருந்தது. ஆனால் வெளிக்காட்டிக் கொள்ள-வில்லை. சரவணனிடம் மட்டும் அடிக்கடி சொல்லிக் கொண்டிருப்பான், மீனாவிடம் அதிகம் பழகாதே என்று. இருந்தாலும் சரவணன் கேட்கும் நிலையில இல்லை, விளையாட துணை வேண்டுமென்று மீனாவையே சுற்றிச்-சுற்றி வந்து கொண்டிருந்தான்.

நீலகண்டன் வீட்டிலிருந்து விடைபெற்றுக் கொண்டு திரும்பும் போது சாராவுக்கும், மார்ட்டினுக்கும் மிகவும் நிம்மதியாக இருந்தது. தனக்கு எந்தவித தீராத நோயும் இல்லை என்பதை சம்மந்தப்பட்டவர்களிடம் சொல்லி விட்ட திருப்தி. மாணிக்கத்தின் முடிவுதான் சற்று வருத்தமாக இருந்தது. முன்பின் தெரியாத அவன் ஒருவகையில் இவர்கள் வாழ்வின் திருப்பத்திற்கு ஒரு மறைமுக காரணமாக இருந்தாலும், அவன் மீது கோபப்-படாமல் அவன் வசித்து வந்த வீட்டிற்குச் செல்ல யோசித்தனர். ஆஸ்பத்திரியிலிருந்த பெரிய டாக்டர் மூலம் அவனது விலாசத்தை வாங்கிக்கொண்டு அவன் வீட்டை அடைந்தனர். ஏழ்மை நிறைந்த வீடு என்று சுற்றுச் சூழ்நிலை பறைசாற்றிக் கொண்டிருந்தது. மதுரையிலிருந்து சற்று தொலைவில் இருந்தது அந்த குடியிருப்புப்பகுதி. நீலகண்டனே இருவரையும் அங்கு வாடகைக்காரில் அழைத்துக் கொண்டு சென்றான். சிறிது நாட்களுக்கு முன் விதவையான மாணிக்கத்தின் மனைவியும் அங்கு வசிப்பதாகத் தெரிந்தது. என்னதான்

குறைந்த சம்பளமாக இருந்தாலும், மாணிக்கம் உயிருடன் இருந்த போது இரண்டு வேளை கஞ்சிக்காவது குறைவில்லாமல் இருந்தது. தற்போது அதுவும் இல்லாமல் வாழ்வு ஒரு கேள்விக் குறியாகவே மாறியிருந்தது. பள்ளி நிர்வாகம் அப்படி ஒன்றும் பெரிய தொகையை கொடுத்து உதவவில்லை. தங்களுக்கு பரிச்சயமே இல்லாத யார் இந்த வெளிநாட்டு தம்பதியினர் தன் வீட்டிற்கு வந்திருக்கிறார்கள் என்று அந்த பெண்மணி குழப்பமடைந்தாள். அப்போது தான் பள்ளியிலிருந்து அந்த சிறுவன் வீட்டிற்கு வந்தான். நீலகண்டன் தான் அவனுக்கு புரியும்படி எல்லா விசயங்களையும் எடுத்துச் சொன்னான். உன் கணவன் திடீரென்று இறந்து விட்டதை பள்ளி நிர்வாகிகள் மூலம் தெரிந்து கொண்ட இந்த பிரெஞ்சு தம்பதியினர் உனக்கும் உன் மகனுக்கும் உதவ முன் வந்திருக்கிறார்கள் என்று கூடுதல் விவரம் சொல்லி அவர்களை சமாதானம் செய்தான். மார்ட்டின் அந்த சிறுவன் பெயரில் ஒரு பெரிய தொகைக்கு ஒரு காசோலையை கொடுத்து ஒரு வங்கி கணக்கு தொடங்குமாறு கேட்டுக்கொண்டான். அந்த பணத்தை மாதாமாதம் வட்டி வரும்படி போட்டுக்கொண்டு அந்த பெண்மணியையே பாதுகாவலராக நியமித்து அவன் மேஜர் ஆனதும் கல்லூரி படிப்பிற்கு உதவும்படி வழி செய்து விட்டான். அந்த பெண்மணிக்கு ஆச்சர்யமும் அதிர்ச்சியும் தாங்க முடியவில்லை. இவ்வளவு நல்ல குணம் படைத்த மனிதர்களும் இருக்கிறார்களா என்று வியப்படைவதைத் தவிர வேறு என்ன செய்ய முடியும். தான் இந்தியா வந்த

வேலை திருப்திகரமாக முடிந்து விட்டதை எண்ணி இருவரும் பாரிஸ் திரும்ப கிளம்பினோர்கள்.

திடீரென்று அவர்கள் அலுவலகத்திலிருந்து செல்போனில் மாட்டினுக்கு ஒரு அழைப்பு வந்தது. கிறிஸ்டியன்டியர் வாசனைத் திரவியம் உற்பத்தி செய்யும் அந்த நிறுவனம் மதுரை மல்லிகை அல்லாமல், பெங்களூரிலிருந்து ரோஜாப் பூக்களையும் பிரான்சுக்கு ஏற்றுமதி செய்ய ஏற்பாடு செய்ய முடியுமா என்று விசாரிக்கும்படியும் அதன் தொடர்பாக இரண்டு, மூன்று நாட்கள் கர்நாடக மாநில அரசாங்கத்தை அணுகி பேச்சுவார்த்தைகள் நடத்துமாறும் கேட்டுக்கொண்டார்கள். அதனால் அவர்கள் உடனே பாரிஸ் திரும்புவது சற்று தள்ளிப்போனது. மதுரையிலிருந்து பெங்களூர் சென்று வர நீலகண்டனின் உதவியையே நாடினார்கள். மீனாவை பாரிசுக்குத் தான் அழைத்துக் கொண்டு போக முடிய-வில்லை, பெங்களூருக்காவது ஒரு இரண்டு நாட்கள் அழைத்துக்கொண்டு போய் வரலாமே என்று சாரா யோசனை சொன்னாள். நீலகண்டனிடம் மெதுவாக விஷயத்தைச் சொல்லி அவனை தன் குடும்பத்துடன் பெங்களூர் வரும்படி கேட்டுக்கொண்டார்கள். முதலில் வெட்கத்துடன் தயங்கினாலும், நீலகண்டன் ஒப்புக்-கொண்டு மறுநாள் காலை வாடகைக்காரில் காமாட்சி மற்றும் மீனாவுடன் இவர்கள் தங்கியிருந்த ஹோட்டலுக்கு வந்தான். ஐவருடன் அந்த கார் மதுரையிலிருந்து பெங்களூர் நோக்கி விரைந்தது. நகரத்தின் மையத்-திலிருந்த அந்த நட்சத்திர ஹோட்டலில் இரண்டு

அறைகள் எடுத்துக்கொண்டு இரண்டு குடும்பங்களும் தங்கினார்கள்.

அது மீனாவின் முதல் நீண்டதூர கார் பயணம். ஐந்து நட்சத்திர ஹோட்டலில் தங்கும் அனுபவம். தனக்குப் பிடித்த சாக்லெட், மேஜையில் அமர்ந்து உணவு என்று திக்குமுக்காடிப் போனாள். காமாட்சி மட்டும் கூச்சத்துடன் சேரின் நுனியில் அமர்ந்து கொண்டு புடவையை இழுத்தி போர்த்திக் கொண்டு உணவருந்துவாள். சாரா எவ்வளவு சொல்லியும் பயமும் கூச்சமும் முழுவதுமாக விடவில்லை. மார்ட்டினும் சாராவும் நீலகண்டனுடன் விதான்சௌதா என்ற அரசாங்க கட்டிடத்திற்கு காரில் போவதாகவும், எதிரே இருக்கும் கப்பன் பார்க்கில் மீனாவும், காமாட்சியும் நேரத்தை போக்கலாமென்றும் முடிவாகியது. ரோஜா பூக்கள் ஏற்றுமதியை கர்நாடகா அரசாங்கமே ஏற்றுக்-கொண்டிருந்ததால் அவர்கள் குறிப்பிட்ட அதிகாரியும் வர்த்தக அமைச்சரும் வரும்வரை அதிக நேரம் காத்துக்-கொண்டிருக்க வேண்டியிருந்தது. ஒரு வழியாக அவர்கள் வந்ததும் வியாபார பேச்சுவார்த்தைகள் தொடங்கியது. பெங்களூரிலிருந்து நேரடி விமானங்கள் வெளி நாடுகளுக்கு தொடங்கப்படாத காலம், சாலைகளிலும் கார்கள் அதிகம் இல்லாமல் இருந்தது. மும்பைக்கோ, சென்னைக்கோ மலர்களை விமானத்தில் அனுப்பி பின் பாரீஸ்க்கு ஏற்றுமதி செய்ய வேண்டும், வாரத்தில் ஒருமுறை அனுப்பினால் போதும் என்றும், நாளடைவில் அந்த ரசாயனக்கலவை கலந்த வாசனை திரவியம் அதிகமாக விற்பனையாகும் பட்சத்தில் ஏற்றுமதியை

அதிகரிக்கலாமென்று முடிவாகியது. கொள்முதல் விலை நிர்ணயம் சம்மந்தப்பட்ட சர்ச்சைகள் தான் அதிக நேரம் எடுத்துக்கொண்டது. வியாபாரம் முடிந்து ஆரம்பத்-தொகையாக ஒரு பெரிய காசோலை கொடுக்கப்பட்டது. இருவரும் வெளியே வந்து நீலகண்டனுடன் கப்பன் பார்க்கிற்குச் சென்றனர். வழியில் நீலகண்டன் கர்நாடகாவில் சந்தனமும் மிகவும் பிரசித்தி பெற்ற வாசனைப் பொருள் என்றும் சந்தன விற்பனையையும் அரசாங்கமே எடுத்து நடத்திக்கொண்டிருப்பதாகவும் சொன்னான். அவனது அறிவுக்கூர்மையைக் கண்டு வியந்த மார்ட்டின் சாரா தம்பதி, அவர்களை அந்த தொழிற்சாலைக்கும் அழைத்துக் கொண்டு செல்லும்படி கேட்டுக்கொண்டனர். ஏற்கனவே பிரசித்தி பெற்ற சந்தனம் சேர்த்த பொருட்கள் அதிக அளவில் அங்கு உற்பத்தியாவதை இருவரும் நேரில் பார்த்தனர். சந்தனசோப், ஊதுவத்தி, சந்தனஎண்ணெய் என்று பல நறுமணப் பொருட்கள் தொழிற்சாலை முழுவதும் நறுமணத்தைப் பரப்பிக் கொண்டிருந்தது. அந்த இடத்தில் ஏற்றுமதி சம்மந்தப்பட்ட பேச்சு வார்த்தைகள் முடிக்க அதிக நேரம் எடுத்துக்கொள்ளவில்லை. ஏற்கனவே அரசாங்கத்திடம் ரோஜாப்பூக்களை ஏற்றுமதி செய்வதற்கான ஒப்பந்தத்தை காட்டியதும் வேலை சுலபமாக முடிந்தது. மாலை வெகு-நேரமாகி விட்டதால் அனைவரும் ஹோட்டலுக்குத் திரும்பி இரவு உணவை முடித்துக்கொண்டு தத்தம் அறைகளுக்குச் சென்றுவிட்டனர்.

மறுநாள் முழுவதும் அரண்மனைகளையும், விஸ்வேஸ்வரையா மியூசியத்தையும் பார்வையிடுவதில் பொழுதுபோனதே தெரியவில்லை. சாரா நான்குமைசூர் சில்க் புடவைகள் தனக்காக வாங்கிக்கொண்டு, காமாட்சிக்கும் இரண்டு புடவைகளை வாங்கி பரிசளித்தாள். தென்னிந்தியாவின் புராதனங்களை ஓரளவு தெரிந்து வைத்திருந்த சாரா தான் மைசூரையும் பார்க்க விருப்பப்படுவதாக சிறு குழந்தை போல மார்ட்டினிடம் சொன்னாள். கூடவே மீனாவும் சேர்ந்து கொள்ள மார்ட்டினால் தட்டிக் கழிக்க முடியவில்லை. மறுநாள் அவர்கள் மைசூரை அடைந்து எதேச்சையாக அதிக கூட்டமில்லாத சாமுண்டீஸ்வரி கோவில், பிருந்தாவன் தோட்டம், அணைக்கட்டு, அரண்மனை என்று சுற்றிப்பார்த்தனர். தசரா என்ற நவராத்திரி சமயத்தில் விமரிசையாக நடத்தப்படும் விழாக்கோலங்களைக் காண கண்கொள்ளாக் காட்சியாக இருக்கும் என்று நீலகண்டன் விவரித்தான். மார்ட்டின் ‘நல்ல வேளை இது அந்த விழா நடக்கும் மாதமில்லை போலிருக்கிறது. இல்லாவிட்டால் சாரா என்னை இங்கு இன்னும் பத்து நாட்கள் தங்கும்படி வற்புறுத்துவாள்’ என்றான் சிரித்துக்கொண்டே! எல்லா இடங்களையும் பார்த்து அனுபவித்த பிறகு மைசூர் மிருகக்காட்சி சாலையிலும் இரண்டு மணிநேரம் செலவழித்து விட்டு அவர்கள் மதுரைக்குத் திரும்பினார்கள்.

இத்தனை நாட்கள் உடனிருந்ததால் மீனாவுக்கு சாராவிடம் ஒட்டுதல் அதிகமாகிப்போனது. பிரிய மனமில்லாமல் அவர்கள் கூடுதலாக இரண்டு நாட்கள்

தங்க வேண்டியதானது. அதற்குள் மார்ட்டினுக்கு அவர்கள் அலுவலகத்திலிருந்துஒரு ஈமெயில் அறிவிப்பு வந்தது. சந்தன எண்ணெ மற்றும் ரோஜாப்பூக்களின் கொள்முதல் விலையில் சாமர்த்தியமாக பேசி கம்பெனிக்கு அதிக லாபத்தை தரும்படி ஒப்பந்தங்களை பெற்றுக்கொடுத்ததால் அவர்கள் நிர்வாகம் இருவருக்கும் அந்த பத்து நாட்களையும், அலுவலக வேலையாகவே பதிவேட்டில் குறித்துக் கொள்வதாகவும் போய்வரும் எல்லா செலவுகளையும் கம்பெனியே ஏற்றுக்கொள்வதாகவும் குறிப்பிடப்பட்டிருந்தது. சந்தோஷத்தில் இருவரும் நீலகண்டனிடம் பகிர்ந்து கொண்டு சந்தன எண்ணெ விஷயத்திற்கு காரணமாக இருந்த அவனுக்கு நன்றியும் தெரிவித்தனர். மல்லிகைப்பூக்கள் மட்டுமல்லாமல், ரோஜாவும், சந்தனமும் குறைந்த கொள்முதல் விலையில் பெற்றுத் தந்ததால் அவர்கள் இருவருக்கும் பதவி உயர்வும் கிடைக்கும் என்று தோன்றியது. அதுநாள் வரை வாசனை திரவியங்களுக்கான மூலப்பொருட்களை கௌடமாலா, நெதர்லாண்ட் மற்றும் பிலிப்பைன்ஸ் போன்ற நாடுகளிலிருந்து அதிக விலையில் வாங்கிக்-கொண்டிருந்ததால் இந்த ஏற்பாடு கம்பெனியில் ஒரு முக்கிய மைல்கல்லாகவே பார்க்கப்பட்டது. நீலகண்டன் குடும்பத்தாரிடம் பிரியாவிடை பெற்றுக் கொண்டு இருவரும் பாரிசுக்குத் திரும்பினார்கள். வேலை மும்முரத்தில் அடுத்த இரண்டு மாதங்கள் எப்படி ஓடியதென்றே தெரியவில்லை. சாரா காலை வேளைகளில் எழுந்து வேலை செய்வதற்கு சற்று சிரமப்பட ஆரம்பித்தாள். உணவு உட்கொள்ளவே

பிடிக்கவில்லை. உணவு வகைகளின் மணம் பிடிக்காமல் வாந்தி வருவது போல இருந்தது. டாக்டரிடம் சென்று பரிசோதித்துக் கொள்ளும் போது அவள் கர்ப்பமாக இருக்கிறாள் என்று தெரிந்தது. மதுரை மீனாட்சிக்கு இருவரும் மானசீகமாக நன்றி தெரிவித்தனர். சற்று வயது முதிர்ந்த பெண்ணான சாராவிடம் டாக்டர் சற்று கூடுதலாக பத்திரமாக இருக்கும்படி அறிவுரை கூறினார். இந்த சங்கதியை யாரிடமாவது பகிர்ந்து கொள்ள வேண்டுமென்று விரும்பிய சாராவின் நினைவுக்கு முதலில் வந்தது காமாட்சி, நீலகண்டன் தம்பதியே!

பல வருடங்கள் காத்திருப்பிற்குப்பின் அவர்கள் இல்லத்தில் ஒரு புதிய உறவு தொடங்குவதற்கான அறிகுறிகள். மார்ட்டினுக்கு அளவிட முடியாத சந்தோஷம். உணவு தயாரிப்பதில் தனியார்வம் கொண்ட மார்ட்டின் சாரா தம்பதியினர் தங்கள் இல்லத்திலேயே அலுவலக நண்பர்களுக்கும், உறவினர்களுக்கும் ஒரு பெரிய விருந்து வைத்தனர். சாராதான் பாவம் சமையலறை பக்கம் கூட வர முடியவில்லை. முதல் மூன்று மாதங்களுக்கு மசக்கை, வாந்தி, உணவு ஒவ்வாமை என்பது எந்த நாட்டிலிருந்தாலும் கர்ப்பிணிப் பெண்களுக்கும் பொதுதானே! சிறிது நாட்களுக்குள்ளாகவே அவர்களுக்கு மீண்டும் இந்தியா செல்ல வேண்டிய வாய்ப்பு கிட்டியது. சாராவின் தற்போதைய உடல்நிலையக் குறித்து மார்ட்டின் மட்டும் இந்தியா சென்று வருவதாகச் சொன்னான். வேகமாக மறுத்த சாரா, தானும் கண்டிப்பாக உடன் வருவதாகச் சொல்லி அடம்பிடித்தாள். வேலை மும்பையிலும், பெங்களூரிலும் மட்டுமே

இருந்தாலும், சில நாட்கள் ஓய்வெடுத்துக் கொள்ள மதுரைக்கும் மற்ற ஏதாவது மலைவாசஸ்தலங்களுக்கும் சென்று வரலாம் என்று சொன்னாள். இத்தனை வருடங்களுக்குப் பிறகு மதுரை மீனாட்சி கண் திறந்து தனக்கு புத்திர பாக்கியத்தை கொடுத்திருப்பதை நன்றி கூர்ந்து மீண்டும் ஒருமுறை மதுரை மீனாட்சியம்மன் கோவிலுக்கு போய் வரலாமா என்று அவனிடம் உத்திரவு கேட்டாள். அதன்படி இருவரும் இந்தியாவுக்குச் சென்று மும்பையிலும், பெங்களூரிலும் அலுவலக வேலையை முடித்துக் கொண்டனர். பின்னர் விமானத்திலேயே மதுரைக்குச் சென்று கோவில் தரிசனத்திற்குப் பின் நீலகண்டனைத் தொடர்பு கொண்டார். சாரா தான் கருவுற்றிருப்பதாக காமாட்சியிடம் சொன்ன போது அவள் மீனாவிடம் 'உனக்கு ஒரு தம்பி பாப்பாவோ, தங்கை பாப்பாவோ பிறக்கப்போகிறது' என்று ஆனந்தத்துடன் சொல்லி அவளிடமும் அந்த நற்செய்தியை பகிர்ந்து கொண்டாள். இரண்டு நாட்கள் கழித்து நீலகண்டன் குடும்பத்தை தங்களுடன் மும்பை வரையாவது வந்து ஒரிரு நாட்கள் தங்கும்படி கேட்டுக் கொண்டார்கள். மீனா அவர்களுடன் வெளிநாடு செல்வதுதான் நிறைவேற-வில்லையாதலால், மும்பைவரையாவது தங்களுடன் வர வேண்டும் என்று வற்புறுத்திக் கேட்டுக் கொண்டார்கள். அதன் விளைவே இந்த மும்பை பயணம். அந்த வருடம் ஏனோ தெரியவில்லை மும்பையில் வெயில் அதிகமாக இருந்தது. மும்பையில் சுற்றிப்பார்க்க பல இடங்கள் இருந்தாலும், சாராவின் உடல்நிலையக் கருதி மார்ட்டின்

அவள் அதிகம் வெயிலில் அலையாமல் இருக்க வேண்டும் என்று நினைத்தான். மும்பைக்கு அருகில் ஏதாவது மலைவாசஸ்தலம் இருந்தால் அங்கு போய் இரண்டு மூன்று நாட்கள் தங்கிவிட்டு பிறகு அவர்களை மதுரைக்கு அனுப்பிவிட்டு தாங்களும் பாரிசுக்குத் திரும்பி போய் விடலாம் என்று முடிவெடுத்தார்கள். அதன் விளைவே அவர்களது பஞ்சகனி சுற்றுலாப்பயணம். அங்கு அவர்களுக்கு, முக்கியமாக மீனாவுக்கு, பெரிய திருப்புமுனை இருக்குமென்று அப்போது அவர்கள் நினைக்கவேயில்லை. காலம் தான் எப்படியெல்லாம் மனிதர்களை ஆட்டிப்படைக்கிறது! பஞ்சகனியில் டாக்டர் சுந்தரமும், சுமித்ராவும் பத்மாவதியுடன் வந்து தங்க ஆரம்பித்திருந்தார்கள். விதி இவர்கள் மூவர் குடும்பங்களையும் சேர வைத்தது மதுரை மீனாட்சிக்கு வியப்பாக இல்லை. அவள் இஷ்டப்படிதான் நடந்து கொண்டிருக்கிறது.

அதே சமயத்தில் ஐதராபாத்தில் பிரபல தெலுங்கு பட நடிகர் சுரேஷ்பாபு அன்றைய தினசரியை பார்க்கும் போது எதேச்சையாக அவர் கண்களில் அந்த 'ஸ்பார்க்கிலிங் தண்ணீர்' பாட்டில் விளம்பரம் கண்ணில் பட்டது. சாதாரணமாக அவர் செய்தித்தாள்களை அதிகம் படிப்பவரல்ல. பிஸியாக நடித்துக் கொண்டிருந்த நடிகருக்கு இதற்கெல்லாம் நேரம் எங்கே இருக்கப்போகிறது! அட நம் சுமித்ரா போல இருக்கிறதே! கூட இருக்கும் ஆடவனும் மிகவும் திறமையுள்ளவன் போலிருக்கிறானே, ஜோடிப்பொருத்தம் நன்றாக இருக்கிறது என்று நினைத்துக் கொண்டார். சுமித்ராவை சுரேஷ்பாபுவுக்கு பல வருடங்களாகத் தெரியும். ஓரிரு படங்களில் நடித்தும்

இருக்கிறார்கள். ஏற்கனவே திருமணமான சுரேஷ்பாபு ஏனோ மனதை அவளிடம் பறிகொடுத்தவர் போல இருந்தார். நாசூக்காக அவளிடம் சொல்லியபோது மிக கண்ணியமாக மறுத்த சுமித்ரா தான் ஏற்கனவே திருமணமானவள் என்றும் கணவன் செய்த கொடுமைகளால் பிரிய வேண்டியிருந்தது என்றும், தனக்கு திருமண பந்தத்தில் நம்பிக்கையே போய்விட்டது என்றும் திட்டவட்டமாகச் சொல்லி விட்டாள். அன்று முதல் சுரேஷ்பாபு அவளிடமிருந்து விலகியே இருந்தார். மனதிலிருந்த அந்த ஆசையையும் முற்றிலும் மறந்தும் விட்டார். பல வருடங்களுக்குப் பிறகு அந்த விளம்பரத்தைப் பார்த்ததும் மனம் சற்று சஞ்சலப்பட்டது உண்மைதான். தன் காரியதரிசியை தனியே கூப்பிட்டு அவள் வீட்டுக்குச் சென்று தான் சுமித்ராவின் நண்பன் என்ற முறையில் ஒரு தடவை பார்க்க விழைகிறேன் என்று சொல்லும்படி சொன்னார். அதன்படி அந்த காரியதரிசி சுமித்ராவின் வீட்டிற்குச் சென்று விசாரித்த போது அவள் பத்மாவதியுடன் வேறு ஊருக்குச் சென்று விட்டதாகவும், ஏதோ மகாராஷ்டிராவிலுள்ள மலைவாசஸ்தலம் என்று மட்டும் தெரியும், கூடுதல் விவரங்கள் தெரியாது என்று அறிந்து கொண்டு வந்து சொன்னான். அவள் அடிபட்டு பழைய நினைவுகளை மறந்திருப்பதைப் பற்றியோ, டாக்டர் சுந்தரத்தைப் பற்றியோ விவரங்கள் தெரியவில்லை. அத்துடன் சுரேஷ்பாபு சுமித்ராவை ஏறத்தாழ மறந்தே விட்டான். இருந்தாலும் விதி அவர்களை பல வருடங்கள் கழித்து பூனாவில் சந்திக்க வைத்தது.

பஞ்சகனி ஸ்டிராபெர்ரி

டாக்டர் சுந்தரம் இனியும் ஐதராபாத்தில் தங்கியிருப்பதில் ஒரு உபயோகமும் இல்லை என்பதை அதிகாலையில் எழுந்திருக்கும் போதே முடிவு செய்துவிட்டார். தன் கைபேசியில் தன்னுடன் மருத்துவக் கல்லூரியில் படித்து அவருடனே சில காலங்கள் அவரது மருத்துவமனையில் பணிபுரிந்த ரவியை அழைத்தார். ''ரவி, நீ நீண்ட நாட்களாக கேட்டுக்கொண்டது போல, நான் முடிவு செய்துவிட்டேன். எனக்கும் வயதாகிக் கொண்டே போவதால், குடும்பத்துடன் பஞ்சகனி வந்து நீ நடத்திக்கொண்டிருக்கும் மருத்துவமனையிலேயே சேர்ந்து விடலாமென்று, என்ன சொல்கிறாய்?'' என்றதற்கு ரவி கேரும்பு தின்ன கூலி வேண்டுமா சுந்தரம், நீ நாளையிலிருந்தே இங்கு வேலையை செய்யத் தொடங்கலாம். இங்கு தினமும் வரும் நோயாளிகளை பார்க்க என் ஒருவனால் மட்டும் சமாளிக்க முடியாமல் தடுமாறுகிறேன், உன் வரவுக்கு காத்திருக்கிறேன்'' என்றான். ரவிக்கு அவரின் முழுக்கதையும் தெரிந்திருந்தது.

தன் முடிவை சுமித்ராவிடமும் பத்மாவதியிடமும் சொல்லிவிட வேண்டும் என்று தீர்மானித்த டாக்டர்

சுந்தரம், நீண்ட நாட்களுக்குப் பின் நிம்மதியாக அந்த காலை தினசரியில் மூழ்கினார். சுந்தரம் எழுந்து ஹாலில் உட்கார்ந்திருப்பதை கவனித்த பத்மாவதி, சுமித்ராவின் அறைக்கு விரைந்தாள். கதவைத் திறக்கும் சத்தம் கேட்டு சற்று அசைந்த சுமித்ரா அரை தூக்கத்தில் கண்விழித்தாள். 'நேற்று நன்றாக தூக்கம் வந்ததா சுமித்ராஅம்மா' என்று பணிவுடன் கேட்டு ஜன்னலின் திரைச்சீலையை விலக்கும் போது காலை சூரிய வெளிச்சம் ரேகைகளாக உள்ளே பாய்ந்து சுமித்ராவின் கண்களை சற்று கூசவைத்தது. பத்மாவதியின் கேள்வியின் உள்நோக்கம் புரிந்து சற்றே வெட்கப்பட்ட சுமித்ராவின் கன்னங்கள் ஜிவ்வென்று சிவந்ததை அந்த சூரிய ஒளியில் கவனித்த பத்மாவதி, மேலும் கேள்விகள் கேட்டு அவளை சங்கடத்திற்குள்ளாக்க விரும்பவில்லை. 'டாக்டர் எப்போதோ எழுந்துவிட்டார் போலிருக்கிறது, நீங்களும் எழுந்து குளித்து விட்டு வந்தால், ஒரு நொடியில் காபியும் காலைச்சிற்றுண்டியும் தயாரித்து விடுகிறேன்' என்று சொல்லிவிட்டு ஓட்டமும் நடையுமாக சமையலறையில் நுழைந்தாள். உணவு மேஜையில் மூவரும் காபி குடித்துக் கொண்டிருக்கும் போது மெதுவாக பேச்சை துவக்கிய சுந்தரம், தான் இருவரையும் அழைத்துக் கொண்டு பஞ்சகனிக்கு செல்வதாக முடிவெடுத்திருப்பதாகவும், அங்கு தன் நண்பன் ரவியின் மருத்துவமனையில் வேலைக்கு சேரப்போவதையும் சொன்னார். தங்களுக்கும் மாறுதல் தேவை, முக்கியமாக சுமித்ராவுக்கு, என்று நினைத்த பத்மாவதி மகிழ்ச்சியில்

சம்மதம் தெரிவித்து சுமித்ராவையும் ஒப்புக்கொள்ள வைத்தாள். மலைவாசஸ்தலம் அவளது உடல் நிலைக்கு ஏதுவாக இருக்கும் என்பதை எடுத்துச் சொன்னவுடன் அவளும் ஐதராபாத்தை விட்டு போக ஒப்புக்கொண்டாள். ஆனால் பஞ்சகனி மகாராஷ்ட்ரா மாநிலத்தில் சதாரா மாவட்டத்தில் இருக்கும் கோடைவாசஸ்தலம் என்றோ, ஆண்டு முழுவதும் சுற்றுலாப்பயணிகள் நிறைந்த சிறிய ஊர் என்றோ அவளுக்குத் தெரியவாய்ப்பில்லை.

சுமித்ராவுக்குச் சொந்தமான அந்த சிறிய வளாகத்தில் தங்கியிருக்கும் நான்கு வாடகைக்காரர்களிடம் தங்களின் பஞ்சகனி பயணத்தைப் பற்றி சொல்லிவிட்டு வாடகையை சுமித்ராவின் வங்கிக்கணக்கிலேயே மாதாமாதம் தவறாமல் சேர்த்து விடும்படி சொல்லிவிட்டார்கள். தாங்கள் தற்போது கீழே தங்கியிருக்கும் பெரிய ஃபிளாட்டை காலி செய்வதாக இல்லை என்றும், சில அத்தியாவசியமான பொருட்களை மட்டும் எடுத்துக் கொண்டு செல்வதாகவும், முடியும்போது அவ்வப்போது வந்து பார்த்து விட்டு போகவும் முடிவு செய்திருப்பதாகவும் சொல்லி, நம்பகமான ஒரு வயதான வாடகைக்காரரிடம் வீட்டு சாவியையும் ஒப்படைத்தனர்.

பஞ்சகனி ஒரு அமைதியான, ஐந்து கிராமங்களை ஒருங்கிணைத்த, சிறிய மலையின் மேலிருந்த நகரம். அதிக ஜனத்தொகை கிடையாது. சிறந்த பள்ளிக்-கூடங்கள் நிறைந்த ஊர். மும்பையிலும், பூனாவிலும் உள்ள செல்வந்தர்கள் வீட்டுப் பிள்ளைகள் தங்கிப் படிக்கும் வசதி கொண்ட பல சர்வதேச கல்வி பயிற்சி

தரும் பள்ளிக்கூடங்கள் போட்டி போட்டுக் கொண்டு எழுந்திருந்தன. ஊரின் முக்கியத்துவம் அங்கு விளையும் ஸ்ட்ராபெர்ரி பழங்களே! இந்தியாவிலேயே தரமான, கரும்சிவப்பும், பிங்க்கும் கலந்த பழங்கள், எதிர்மறையான பச்சை நிற சிறிய இலைகளுடன் பறித்ததும் பெட்டிகளில் அடுக்கி வைத்திருப்பதைப் பார்த்தால், யாருக்குத்தான் அவைகளை சாப்பிட ஆவல் எழாது? சுமித்ரா மட்டும், பார்த்துக் கொண்டேயிருந்தால் போதும், சாப்பிட்டுவிட்டால் பெட்டியில் எண்ணிக்கை குறைந்து கண்களுக்கு விருந்தளிப்பது குறைந்துவிடும் என்று, தன் ஆசைதீரும் வரை பார்த்துக் கொண்டிருந்து விட்டு, மற்ற இருவரையும் சாப்பிட அனுமதிக்க மாட்டாள். சின்ன குழந்தையைப் போல டாக்டர் சுந்தரம் 'ஒன்றே ஒன்று சுமி, அதற்குமேல் கேட்க மாட்டேன்' என்று கெஞ்சி, அவள் கன்னத்தை வருடும் போது, பத்மாவதி சமயோசிதமாக அங்கிருந்து நகர்ந்து விடுவாள்.

ரவியின் மருத்துவமனை அந்த ஊரின் நடுப்பகுதியில் அமைந்திருந்ததால், எப்பொழுதும் கும்பலாகவே இருக்கும். டாக்டர் சுந்தரமும் ரவியுடன் சேர்ந்ததிலிருந்து இருவருக்கும் சற்று ஒய்வு எடுக்க நேரம் கிடைத்தது. மருத்துவமனை சற்று சிறியதாக இருந்தாலும், எல்லாவிதமான நவீன மருத்துவ உபகரணங்களும் இருந்தன. ரவி, சுந்தரம் வந்து சேர்ந்தவுடன் இன்னொரு நர்ஸ்ஸையும் வேலைக்கு அமர்த்திவிட்டான். ஐதராபாத்தில் மருத்துவப் பணியில் ஈடுபட்டுக் கொண்டிருக்கும் போது சுந்தரம் எப்போதும் அதிவேகத்தில் இயங்கவேண்டியிருக்கும். பலவித

நோயாளிகள், பலவித நோய்கள், போதாததற்கு விபத்தில் அடிபட்டுக் கொண்டு அவசர சிகிச்சைக்கு வரும் நபர்கள், போலீஸ், கேஸ் என்று மிகவும் வேகமாக நாட்கள் நகரும். அதற்கு எதிர்மாறாக பஞ்சகனியில் ஒரு பதட்ட-மின்மை, ஒவ்வொரு நோயாளியுடனும் நீண்ட நேரம் பேச சந்தர்ப்பம், அவர்களது உடல் நிலை மட்டுமல்லாமல், மனநிலையையும் தெரிந்து கொள்ள போதிய அவகாசம் என்று சற்று நிதானமாக நாட்கள் நகரும்.

பஞ்சகனியின் தட்பவெப்ப நிலை வருடம் முழுவதும் ஒருவாறு சீராகவே இருப்பதால், அதிக குளிரில்லாத சூழ்நிலை சுமித்ராவுக்கு மிகவும் பிடித்திருந்தது. உடல் நிலையும் சற்று தேறி, உணவு உண்ணப்பிடித்து சற்று எடை கூடியும் போய் விட்டதென்று பத்மாவதி நினைத்தாள். பல ஆண்டு காலங்களாக அவளுடன் ஒரு சிறந்த தோழியாகவும், அறிவுரை சொல்பவளாகவும் இருந்த பத்மாவதியை மற்ற இருவரும் ஒரு வேலைக்காரியாகவே பார்க்கவில்லை. பல வருடங்களாக, சுமித்ராவின் உடல் நலக்குறைவுக்குப் பின் பத்மாவதி தான் அவளது பண விஷயங்கள் முதற்கொண்டு, விளம்பரப் படங்கள், குறும்படங்கள் நடிப்பு, ஒப்பனை என்று எல்லா வேலைகளையும் கவனித்துக் கொண்டு வந்தாள்.

பத்மாவதி கடைவீதிக்குச் செல்லும் போது, சுமித்ராவுக்கு பிடித்த மல்லிகைப் பூக்களையும், மகிழம்பூ என்று அரிதாகக் கிடைக்கும் மஞ்சளும், சிவப்பும் கலந்த அதிக நறுமணம் மிக்க பூக்களையும் வாங்கிக் கொண்டு வருவாள். மலர்ந்த மல்லிகையை சிறிய சரமாகத்

தொடுத்து ஒற்றை மகிழம்பூவுடன் சுமித்ராவின் தலையில் சூடிமகிழ, சுமித்ராவைவிட பத்மாவதிக்குத் தான் அதிக மகிழ்ச்சி. அவர்களுக்கு டாக்டர் ரவி கொடுத்திருந்த வீடு சற்று சிறியதேயென்றாலும் சுத்தமாகவும், தேவையான சாமான்கள் மட்டும் இருந்ததாலும், இவர்கள் புழங்க நிறைய இடம் இருந்தது. வீட்டைச் சுற்றி மரங்கள், எந்நேரமும் சிலுசிலுவென்று அடித்துக் கொண்டிருக்கும் காற்று, வீட்டின் உள்ளே மல்லிகைப்பூவும், மகிழம்பூவும் கலந்த நறுமணம். டாக்டர் சுந்தரம் வேலை முடிந்து வீட்டிற்கு வரும் போது இப்போதெல்லாம் அதிக குதூகலத்துடன் இருப்பதை சுமித்ரா கவனிக்கத் தவறவில்லை. ''என்ன டாக்டர், இன்று ஒரே மகிழ்ச்சி வெள்ளத்தில், ஏதாவது விசேஷமா'' என்ற சுமித்ராவைப் பார்த்து சுந்தரம் 'நீ அருகே இருக்கும் போது, இன்று மட்டுமென்ன, தினமும் மகிழ்ச்சி தான் சுமி'' என்று சொல்லி அவளை நெருங்கும் போது, பூக்களின் மணத்தையும் மீறி, அவளுக்கே சொந்தமான மூன்றாவது நறுமணம். அது இப்போதெல்லாம் அவள் நெற்றியில் உச்சிவகிடின் நடுவில் வைத்துக் கொண்டிருக்கும் கஸ்தூரி மஞ்சள் கலந்த குங்குமம் என்று புரிந்து கொள்ள சில நாட்களாகியது. பத்மாவதி இந்த இருவரின் பரிபூரண, விகல்பமில்லாத, தூயஅன்பையும், ஒருவர் மேல் ஒருவர் வைத்திருந்த பாசத்தையும் கண்டு வியக்காத நாட்களே இல்லை.

மறுநாள் காலையில் இருவரும் நடைபயிற்சிக்காக வீட்டைச்சுற்றியுள்ள தோட்டங்களில் நடக்கும் போது சுமித்ரா 'என்னங்க நமக்கு இத்தனை சந்தோஷங்களைக்

கொடுத்த கடவுள் புத்திரபாக்கியம் மட்டும் ஏன் கொடுக்கவில்லை?' என்று கேட்டு ஒரு குண்டைத் தூக்கிப்போட்டாள். பொய் சொல்ல விருப்பமில்லாமலும், உண்மையைச் சொல்ல போதிய மனோதிடம் இல்லாமலும் சுந்தரம் இருதலைக்கொள்ளி எறும்பானார். சுமித்ராவைத் தான் சந்தித்து ஏறக்குறைய இரண்டு மாதங்களே ஆகிறது என்பதும், இந்த அறுபது வயதுகளில் குழந்தை பெற்றுக்கொள்வது சாத்தியமில்லை என்பதையும், அவள் தன் பழைய கால நினைவுகளை மறந்திருக்கும் மனநோ-யிலிருந்து மீண்டு கொண்டிருப்பவள் என்றும் எப்படி சொல்வார்? ஒருவாறு சமாளித்து, 'குழந்தை பாக்கியம் என்பது, நம் கையில் இல்லை என்பது உனக்குத் தெரியாதா சுமி, உனக்கு நானும், எனக்கு நீயும் இருக்கும் போது குறை எதற்கு? நம்முடனேயே இருக்கும் பத்மாவதியும் நமக்கு ஒரு மகள் போலத்தானே?' என்று ஏதேதோ சொல்லி சமாதானப்படுத்தி பேச்சை மாற்றி விட்டார். ஆனால் அவர் மனதிலும் தங்களுக்கு என்று ஒரு மகள் வேண்டும் என்றும், கலிபோர்னியாவில் இருக்கும் மகளுடன் தொடர்பு கொண்டு இருபது வருடங்களுக்கு மேலாகியது என்றும் எண்ணும் போது துக்கம் தொண்டையை அடைத்தது. வேறு என்ன செய்ய முடியும். பூனாவில் சில அனாதை விடுதிகள் இருப்பதும், அங்கு மூன்று மாதக் குழந்தைகளிலிருந்து பத்து வயது குழந்தைகள் வரை பல அனாதைக்குழந்தைகள் தகுந்த பெற்றோர்கள் தத்தெடுத்துக் கொள்ள வருவார்கள் என்று காத்துக் கொண்டிருப்பதும் தெரியும். ஆனால்

அறுபதுகளில் இருக்கும் தங்களுக்கு தத்தெடுத்துக் கொள்ளும் தகுதி இல்லை என்பதும், வேண்டுமானால் அனாதைக்குழந்தைகளுக்கு உதவித்தொகை கொடுக்க மட்டும் உரிமையுள்ளதையும் அறிந்திருந்தார். தற்போதைய முக்கியமான முதல் கடமை சுமித்ராவை உடல்நலம் குன்றாமல் பார்த்துக் கொள்ள வேண்டியது தான் என்று தன்னைத் தானே சமாதானப்படுத்திக் கொண்டார். அதற்குப்பின் சுமித்ரா குழந்தைகளைப் பற்றி பேசுவதை நிறுத்திக்கொண்டதும், நிம்மதியாக நாட்கள் நகர்ந்தன.

மதுரையில் டூரிஸ்ட் கைடாக வேலையிலிருந்த நீலகண்டன், ஃபிரான்ஸைச் சேர்ந்த மார்ட்டின் சாரா தம்பதியுடன், தன் மனைவி காமாட்சி, ஐந்து வயது மகள் மீனாட்சி இவர்களுடன் மும்பை வரவேண்டியதாக இருந்தது. மீனாட்சியை தத்தெடுக்க முயன்று, வேறு காரணங்களுக்காக முடியாமல் ஃபிரான்ஸ் திரும்பிப்போன மார்ட்டின் சாரா தம்பதி, வர்த்தகம் காரணமாக சில மாதங்களில் இந்தியா வந்த போது, நீலகண்டனை மிகவும் கட்டாயப்படுத்தி தங்களுடன் குடும்பத்துடன் மும்பைவரையாவது வரவேண்டும் என்று வேண்டிக் கொண்டனர். விளைவு இந்த மும்பைப்பயணம். மீனாட்சிக்கு அது முதல் விமானப்பயணம், ஐந்து வயது சிறுமி மனதினால் மட்டுமல்லாமல், உடலாலும் ஆகாயத்தில் பெற்றோர்களுடனும், தத்தெடுக்க வந்து அது முடியாமல் போன மார்ட்டின் சாரா தம்பதியுடனும் பறந்து கொண்டிருந்தாள்.

மும்பை மிகவும் வெப்பமாக இருப்பதாகவும், அருகில் ஏதாவது மலைவாசஸ்தலம் இருந்தால் ஒருசில நாட்கள்

அங்கு போய் தங்கிவிட்டு வரலாம் என்று மார்ட்டின் சொன்ன யோசனையின்படி, ஐவரும் பஞ்சகனி நோக்கிப் பயணித்தனர். பஞ்சகனியின் சுற்றுச்சூழல் அனைவருக்கும் மிகவும் பிடித்திருந்தது. தெரியாமல் சாரா அதிக காரமான ரோட்டோரக்கடை பஜ்ஜியை யார் சொல்லியும் கேட்காமல் வாங்கி சாப்பிட்டு விட்டதால், அவளது உடல்நிலை குன்றியது. அருகிலிருந்த டாக்டர் ரவி, சுந்தரத்தின் மருத்துவமனைக்கு அனைவரும் விரைந்தனர். டாக்டர் சுந்தரம் சாராவை பரிசோதித்து விட்டு தகுந்த மாத்திரைகளையும் கொடுத்தார். மாலைவரை வயிற்றுப்போக்கு நிற்காமல், இரவே அந்த மருத்துவமனையில் சேர்க்கும்படியாகி விட்டது. மிகவும் களைத்துப்போன சாராவுக்கு டிரிப்ஸ் ஏற்றிவிட்டு டாக்டர் அவளிடம் பொதுவாகப் பேசிக் கொண்டிருந்தார். சாராவும் மார்ட்டினும் பிரான்ஸ் நாட்டைச் சேர்ந்தவர்கள் என்று தெரிந்து கொண்டு, இவர் டூரிஸ்ட் கைடின் குடும்பத்தை ஏன் அழைத்துக் கொண்டு வந்திருக்கிறார்கள் என்று வியந்தார். படபடவென்று எல்லா விஷயங்களையும், எல்லாரிடமும் சொல்லும் குணமுடைய சாரா, தாங்கள் பாரிஸில் “கிறிஸ்டியன்டியர்” என்ற பிரபலமான வாசனை திரவியக் கம்பெனியில் வேலை செய்வதிலிருந்து, மீனாட்சியை தத்தெடுக்க முடியாமல் போனதுவரை கிடுகிடுவென்று சொல்லி முடித்தாள். மீனாட்சி தன் வறுமை நிலையிலிருந்து வசதியான வாழ்வும், உயர்ந்த கல்வியும் கிடைக்கும் என்று பெற்றோர்களுடன் சேர்ந்து கண்ட கனவு நிஜமாகாததையும் சொன்னாள். கவனத்துடன்

கேட்டுக்கொண்ட டாக்டர் மனம் வருந்தினார். அவள் தற்போது கர்ப்பமாக இருப்பதையும் தெரிந்து கொண்டார். வெளியில் காத்துக்கொண்டிருந்த நால்வரையும் தங்கள் வீட்டிற்கு வந்து காபியும் சிற்றுண்டியும் சாப்பிட்டு விட்டு போகுமாறு வற்புறுத்தினார் டாக்டர் சுந்தரம். வெளியில் வாங்கி சாப்பிடும் உணவின் விளைவால் தற்போது சாரா அனுபவிப்பதைப் பார்த்த மார்ட்டின் உடனே சம்மதித்தான். தன் கைபேசியில் பத்மாவதியை அழைத்த டாக்டர் சுந்தரம், தான் இன்னும் அரைமணி நேரத்தில் நான்கு விருந்தாளிகளுடன் வீட்டிற்கு வருவதாகவும், உண்பதற்கு எளிமையான உணவு ஏதாவது செய்து வைக்க முடியுமா என்றும் தயங்கித் தயங்கி கேட்க, அவள் உடனே தயங்காமல் சந்தோஷத்துடன் ஒப்புக்கொண்டாள்.

சுமித்ராவின் கண்கள் மீனாட்சியை விட்டு அகல-வேயில்லை. அவளைத் தன் மடியிலும், உணவு மேஜையில் பக்கத்திலும் உட்கார வைத்துக் கொண்டு தானே ஊட்டியும் விட்டாள். ஏதுமறியாத அந்த பிஞ்சுமனம் சுமித்ராவின் அன்பில் திக்குமுக்காடிப் போனது. சாராவின் உடல்நலம் தேற மூன்று நாட்களுக்கு மேலாகியது. அந்த மூன்று நாட்களும் சுமித்ராவும், மீனாட்சியும் வயசு வித்தியாசம் பார்க்காமல் சிறந்த தோழிகளாகவே மாறி-விட்டிருந்தனர். பத்மாவதி நீலகண்டனிடமும், காமாட்சி-யிடமும் தனியாகப்பேசி இவர்களது கதையைக் கூறிவிட்டாள். தற்போது சுமித்ரா பழைய நினைவுகள் இல்லாத பெண்மணி என்பதையும், டாக்டர் சுந்தரத்தின் பெருந்தன்மையையும் கதைகதையாக சொன்னாள்.

திராட்சைத்தோட்ட குறும்படவிளம்பரத்தைப் பற்றி சொல்லும் போது, ஒயினுக்கு பெயர்போன பிரான்ஸ் நாட்டினரான மார்ட்டின் சாரா தம்பதிக்கு அந்த பிரபலமான விளம்பரக் குறும்படத்தில் நடித்த தம்பதியா இவர்கள் என்று வியப்பாகவும், அவர்களுடன் தொடர்பு கொண்டது பற்றி மகிழ்ச்சியாகவும் இருப்பதைப் பற்றி டாக்டர் சுந்தரத்திடம் சொல்லி பெருமைப்பட்டுக் கொண்டார்கள். இரண்டு நாட்களில் மார்ட்டின் சாரா தம்பதி மும்பை சென்று பாரிஸ் திரும்ப வேண்டும். கிளம்புவதற்கு முன் டாக்டர் சுந்தரத்தின் வீட்டிற்கு ஐவரும் மறுநாள் திரும்பி வந்து அவர்களுடன் மனம் திறந்து பேசினார்கள்.

“மீனாட்சியை எங்களால் தத்தெடுத்துக் கொள்ள முடியவில்லை, நீலகண்டனும், காமாட்சியும் ஓரளவு மனதால் தத்து கொடுக்கும்வரை வந்து ஏமாந்து விட்டார்கள். நீங்கள் விரும்பினால் மீனாட்சிக்கு பெற்றோர்களாக முடியும். ‘காட்பேரன்ட்ஸ்’ என்று ஆங்கிலத்தில் வழக்கிலிருக்கும் ‘கடவுள்பெற்றோர்’ என்ற முறைப்படி பெற்றோர்களாகி, அவளை பஞ்சகனியில் உள்ள ஒரு சர்வதேசப்பள்ளியில் சேர்த்து, நன்றாக படித்து முடிக்கும் வரை பார்த்துக் கொள்ள வேண்டும்“ என்று கோரினார்கள். இந்த ஏற்பாடு ஒட்டு மொத்தமாக அனைவருக்கும் சம்மதமாக இருந்தது. நீலகண்டன், காமாட்சி தம்பதிக்கு இரட்டை மகிழ்ச்சி. தாங்கள் நினைக்கும் போதெல்லாம் மீனாட்சியை வந்து பார்க்க முடியும் என்ற எண்ணத்தில். மார்ட்டின் சாரா தம்பதிக்கும் மீனாட்சியை ஒரு பாதுகாப்பானவர்களின் கைகளில்

ஒப்படைத்து விட்ட சந்தோஷம். டாக்டர் சுந்தரத்துக்கு தன் மனைவியின் விருப்பப்படி, அவளைப்போலவே அழகான, துறுதுறுப்பான, பெரிய கண்களைக் கொண்ட மீனாட்சியை மகளாகக் கருதும் பாக்கியம் கிடைத்த மகிழ்ச்சி. விஷயத்தைக் கேட்ட சுமித்ரா அப்படியே மீனாட்சியை வாரியணைத்துக் கொண்டு கீழே இறக்க-வேயில்லை. அவளது உடல்நிலையைக் கருதி பத்மாவதி, மீனாட்சியை வலுக்கட்டாயமாக கீழே இறக்கி விடும்படி சொல்ல வேண்டியதாகியது. யாருக்கும் கொடுக்காமல் வைத்திருந்த ஸ்ட்ராபெர்ரிகளை தன் இரண்டு கைகளாலும் அந்த பிஞ்சு கரங்களில் போதுமளவுக்கு கொடுத்துக் கொண்டிருந்தாள் சுமித்ரா. டாக்டர் சுந்தரத்தின் கண்களில் ஆனந்தக்கண்ணீர். ஆண்கள் அழக்கூடா-தென்று யார் சொன்னது? ஏனோ அந்த வருடம் ஸ்ட்ராபெர்ரி பழங்கள் அதிக அளவில் பஞ்சகனியில் விளைந்தது. மிதமான மழையினால் மட்டுமல்ல, மீனாவின் வரவாலும், அங்கிருந்து தொடங்கி ஆந்திராவுக்கும், ஏன் தமிழ்நாட்டுக்கும்கூட நீர் கொடுக்கும் வற்றாத கிருஷ்ணா நதியின் ஆனந்தத்தினால் கூடத்தான்! எல்லாம் நன்றாகப் போய்க்கொண்டிருந்தால் எப்படி, ஈ சி ஜி கோடுகள் போல ஏற்ற இறக்கங்கள் கொண்டதுதானே வாழ்வும். அவர்கள் வாழ்விலும் புயல் வீசத்தொடங்கியது அடுத்த ஐதராபாத் பயணத்தினால்!

ஷோலாப்பூர் கம்பளம்.

பஞ்சகனியிலிருந்து புறப்பட்ட அந்த டொயோட்டா கார் ஐவரையும் சுமந்து கொண்டு ஐதராபாத்துக்கு விரைந்தது. நான்கு நாட்களுக்கு ஏற்பாடு செய்து கொண்ட டிரைவர் நன்றாக மராட்டியும், இந்தியும், தெலுங்கும் பேசத் தெரிந்தவர். பக்கத்தில் உட்கார்ந்திருந்த டாக்டர் சுந்தரம் தாம் கொண்டு வந்திருந்த அந்த வார மருத்துவ சம்பந்தப்பட்ட புத்தகத்தைப் படித்துக் கொண்டு வந்தார். சுமித்ராவுக்கும் பத்மாவதிக்கும் நடுவில் அழகிய கோழிக்-குஞ்சைப் போல ஒடுங்கி உட்கார்ந்து கொண்டிருந்த மீனா எம்பிஎம்பி இரண்டு பக்கங்களையும் பார்த்துக் கொண்டு வந்தாள். ஏழு வயது பெண்ணுடைய கேள்விகளுக்கு பதில் சொல்லி சொல்லி பத்மாவதி களைப்படைந்தாள். சுமித்ரா சற்று களைப்படைந்தவள் போல இருந்தாள். தினமும் எடுத்துக்கொள்ளும் மாத்திரைகளின் விளைவும், நீண்ட பயணமும் காரணம். மீனா அவளை அதிகம் தொந்திரவு செய்யவில்லை. பத்மாவதி சொல்லித்தான் அழைத்துக் கொண்டு வந்திருந்தாள். ஐதராபாத்திலுள்ள சுமித்ராவின் சிறிய அபார்ட்மெண்ட்டை விற்று பத்திரங்களில் கையெழுத்திடுவதற்கான பயணம் அது. நகரத்தின்

ஏறத்தாழ மையத்திலிருந்த அந்த அபார்ட்மெண்ட்டை வாங்குவதற்கு பல செல்வந்தர்கள் காத்துக் கொண்டிருந்தனர். ஒரு சினிமாப்பட தயாரிப்பாளர் அதை வாங்குவதாக முடிவாகி வக்கீல் எல்லா வேலைகளையும் பார்த்து பத்திரத்தை தயார் செய்து வைத்திருப்பதாகவும், திங்களன்று சார்பதிவாளர் அலுவலகம் திறந்ததும் இரண்டு தரப்பினரும் நேரில் சென்று கையொப்பம் இட்டால் வேலை முடிந்து விடும் என்றும் ஏற்கனவே சொல்லியிருந்தார். சுமித்ராவின் அந்த சொத்து ஐந்து ஃபிளாட்டுகளைக் கொண்ட சிறிய அபார்ட்மெண்ட்.

முன்புறம் நான்கு கார்களை தாராளமாக நிறுத்த இடத்தை விட்டு விட்டு கீழே பிரம்மாண்டமான ஃபிளாட். மேலே சரிசம அளவில் நான்கு ஃபிளாட்டுகள். வாங்குபவர் ஐந்து வாடகையாளர்களையும் தொந்தரவு செய்யாமல் அங்கேயே தங்கியிருக்கும்படியும், சுமித்ராவுக்கு கொடுத்துக் கொண்டிருந்த மாதாந்திர வாடகையை தனக்கு கொடுத்தால் போதுமென்றும் சொல்லி விட்டார். டாக்டர் சுந்தரம் ஐதராபாத்துக்கு போவதற்கு சற்று தயங்கினாலும், முக்கியமான வேலையைக் குறித்தும், இந்த தடவைக்குப்பின் ஐதராபாத்தையும் அனுபமாவையும் கண்டிப்பாக மறந்து விடலாம் என்றும் நினைத்து சம்மதித்தார். சுமித்ராவின் உடல்நிலையைக் கருதி, தான்அவளுடன் பயணித்தால் நல்லது என்பதாலும், பத்மாவதியின் வற்புறுத்தலாலும் மறுக்கவில்லை. அறுபதை நெருங்கிக் கொண்டிருக்கும் சுமித்ரா நீண்ட பயணத்துக்கு ஏற்றாற் போல் எளிமையான உடையுடன், குறைந்த

ஒப்பனையுடன் இருந்தாள். குறும்படங்களிலும், விளம்பரப் படங்களிலும் அதிகம் நடித்திருந்ததால் எப்பொழுதும் பார்ப்பதற்கு பளிச்சென்றிருப்பாள். மல்லிகையின் மணமும், லேசாக மேலே தெளித்துக் கொண்டிருந்த செண்ட்டின் மணமும் காரின் உட்பகுதியை குளிர்ச்சியுடன் வியாபித்துப் பரப்பியது. டிரைவர் அசதியில்லாமல் வண்டியை ஓட்டவும், மற்றவர்கள் தூங்காமலிருக்கவும், மெல்லிய ஒலியுடன் பழைய ஹிந்தி சினிமா பாடல்கள் ஒலித்துக் கொண்டிருந்தது.

சமீபத்தில் டாக்டர் சுந்தரம், சுமித்ரா தம்பதியினரால் தத்தெடுக்கப்பட்ட மீனா மெதுவாக சுமித்ராவிடம் ‘அம்மா லேசாக பசிக்கிறது, எப்போது ஐதராபாத் போவோம்‘ என்று கேட்டாள். சுந்தரம் புத்தகத்தைப் படித்துக் கொண்டிருந்தாலும், செல்ல மகளின் குரல் தெளிவாகக் கேட்டதால், டிரைவரிடம் சொல்லி ஒரு ஹோட்டல் முன்பு நிறுத்தச் சொன்னார். அந்த ஐந்து வயது சிறுமிக்கு ஆனந்தம் தாங்கவில்லை. தான் கேட்டவுடன் அப்பா உடனே ஹோட்டலில் சிற்றுண்டி வாங்கித் தந்து விட்டாரே என்று! சற்று இளைப்பாறியபின் வண்டி மீண்டும் வேகம் எடுத்தது. பத்மாவதி கண்களை மூடிக்கொண்டு சில மாதங்களுக்கு முன்பு நிகழ்ந்த அதிசயங்களை நினைவு கூர்ந்து சற்று கண்ணயர்ந்தாள். டாக்டர் சுந்தரமும், சுமித்ராவும் திராட்சைப் பழரச மதுபானம் விற்கும் கம்பெனியின் ஸ்பார்க்லிங் வாட்டர்’’ குறும்படத்தில் நடித்ததும், சுமித்ரா மயங்கி விழுந்து தலையில் அடிபட்டு பழைய நினைவுகளை இழந்ததும், அறுபதுகளில் இருந்த

டாக்டர் சுந்தரத்தின் மனைவி அனுபமா இவர்களைத் தவறாகப் புரிந்து கொண்டு விவாகரத்து செய்ததும் மனத்திரையில் வேகமாக ஓடியது. சுமித்ரா சுந்தரம்தான் தன்கணவர் என்று நினைத்ததும், தானே வேகவேகமாக நகைக்கடைக்கு ஓடி, அவள் கழுத்தில் ஏற்கனவே போட்டிருந்த சங்கிலியில் ஒரு திருமாங்கல்யத்தை வாங்கி கோர்த்து விட்டதும், பிறகு அந்த சங்கிலியை சுமித்ராவிடம் கொடுத்து அணியச் சொன்னதும் நினைவுக்கு வந்தது, 'அம்மா நீங்கள் மருத்துவமனையில் இருந்த போது எக்ஸ்ரே எடுக்க வேண்டும் என்று சொல்லி டாக்டர் உங்கள் கழுத்து, கை, காதுகளில் இருந்த நகைகளை கழட்டும்படி சொல்லவே, நான் அவைகளை பத்திரமாக எடுத்து வைத்திருந்தேன். இனிமேல் நீங்கள் அவற்றை அணிந்து கொள்ளலாம்' என்று கொடுத்தாள். கூடுதலாக திருமாங்கல்யத்தை சேர்த்ததை சொல்லவில்லை. எப்படியோ எல்லாம் நன்மைக்குத் தானே என்று நினைத்து தான் செய்ததை தவறு என்று கருதவில்லை. நாற்பது வருட பந்தமல்லவா! தோழியாக, சகோதரியாக, வேலைக்-காரியாக என்று பலவிதங்களில் சுமித்ராவின் வாழ்வில் நீங்காத அங்கமாக சேர்ந்தவளாயிற்றே, பாசமும் பரிவும் போகாதே!

படித்துக் கொண்டிருந்த புத்தகத்தில் நாட்டம் இல்லாமல் டாக்டர் சுந்தரமும் ஏதோ பழைய சிந்தனையில் ஆழ்ந்தார். ஏறத்தாழ முப்பது ஆண்டுகளுக்கு மேல் ஐதராபாத்தில் மருத்துவமனையில் பணிபுரிந்ததும், வெளியுலகத்துக்கு மட்டும் கணவன் மனைவியாக வாழ்ந்த வாழ்க்கையும்,

மனைவி அனுபமாவே விவாகரத்து கோரி முடிந்த மணவாழ்வும் மனதில் நிழலாடியது. பழைய நினைவுகளை இழந்த சுமித்ரா தன் வாழ்வில் அந்த தருணத்தில் வந்து சேர்ந்து ஒரு புது வசந்தத்தைத் தருவாள் என்று நினைத்துப் பார்க்கவும் இல்லை. ஐதராபாத்தை விட்டு பஞ்சகனிக்குச் சென்று தன் நண்பனின் மருத்துவமனையில் சேர்ந்து ஒருவாறு புதுவாழ்வு துரிதமாகத் தொடங்கியது. இடையில் ஒரு ஃபிரெஞ்சுத் தம்பதிகளின் வற்புறுத்தலின் பேரில் மீனாவை இந்த வயதில் தத்தெடுக்க வேண்டி வந்தது மேலும் அதிசயமே! எப்படியோ, வாழ்க்கை ஒரு அர்த்தத்துடன் சென்று கொண்டிருக்கும்போது இந்த திடீர் பயணம். ஐதராபாத்திலிருக்கும் சுமித்ராவின் அபார்ட்-மெண்ட்டை பஞ்சகனியிலிருந்து அவர்களால் பராமரிக்க முடியாததால் விற்க முடிவெடுத்தனர்.

எத்தனை தான் வேகமாக ஓட்டினாலும், பயணம் பத்து மணிக்கு மேலாகும். நடுவில் ஷோலாப்பூர் மட்டுமே ஒரு பெரிய நகரம், அங்கு மதிய உணவை சாப்பிட்டுவிட்டு டிரைவருக்கும், காருக்கும் சற்று ஓய்வு கொடுக்க வேண்டி மீண்டும் நிறுத்தினார்கள். வேிமானத்திலேயே போயிருந்திருக்கலாமோ? உடல்நிலை எப்படி இருக்கிறது சுமி'' என்று வாஞ்சையுடன் கேட்ட சுந்தரத்தை இரு கைகளாலும் பிடித்துக் கொண்டு சுமித்ரா நீங்கள் உடன் இருக்கும்போது, என் உடல்நலத்துக்கு என்ன குறை?'' என்று எதிர்கேள்வி கேட்டாள். பழைய நினைவுகள் முற்றிலும் இல்லாமல், ஏதோ பல வருடங்களாக தான் இவரின் மனைவியாக இருப்பவள் போல் நடந்து கொண்ட

விதம், ஒரு வகையில் அதிசயமாகவும், உண்மையை மறைக்கிறோமே என்ற குற்ற உணர்வும் இருந்தாலும், சுந்தரம் பரிவுடன்அவள் தலையை கோதிவிட்டு ஆறுதலாக அணைத்துக் கொண்டார். பத்மாவதியின் கண்களில் கண்ணீர் தேங்கி, யாருக்கும் தெரியாமல் துடைத்துக் கொண்டாள். "ஏன் ஆண்ட்டி அழுகிறீர்கள்?" என்ற மீனாவுக்கு, 'கண்ணில் தூசி விழுந்து விட்டது செல்லம்,' என்று மட்டும் சொல்லி சமாளித்தாள். காரின் பின்சீட்டில் உட்கார்ந்து கொண்டே சற்று கண்ணயர்ந்த பத்மாவதி, மீனாவையும் மடியில் சாய்த்து சற்று நேரம் தூங்கும்படி சொன்னாள். சுந்தரமும், சுமித்ராவும் காலார சற்று நடந்து விட்டு வரலாம் என்று புறப்பட்டனர். தெருவின் இரு புறங்களிலும் கோலாப்பூர் செருப்புகள் விற்கும் கடைகளே அதிகமாக இருந்தன. கோலாப்பூர் செருப்புகள் மிகவும் பிரசித்தி பெற்றவை. உற்பத்தி அந்த ஊரில் இருந்தாலும், அதிக விற்பனை மகாராஷ்டிராவின் மற்ற பெரிய நகரங்களிலேயே,ஷோலாப்பூர் உட்பட. வடஇந்திய திருமண விசேஷங்களில் நடனமாடும்போது உடைக்கு தகுந்தாற்போல அணிய பலவித நிறங்களிலும், டிசைன்களிலும் கிடைக்கும் காலணிகள் மிகவும் அதிக அளவில் விற்பனையாகும். அதைத் தவிர மற்ற பொருட்கள் அங்கு அதிகம் வெளியே வைக்கப்பட்டு விற்றதாகத் தெரியவில்லை. வெயில் அதிகம் இல்லாமலும், வானம் மேக மூட்டங்களால் சற்று இருட்டாகவே இருந்ததால், நடப்பது சுலபமாக இருந்தது. சுமித்ரா சுந்தரத்தின் அருகாமையில் இன்னும் சிறிது நேரம் இருக்க விரும்பி

அவரது இடது கையில் தன் கையை இணைத்து, அவர் தோளில் சாய்ந்தது போல நெருங்கி நடக்கத் தொடங்கினாள். குளிருக்கு இதமாக அங்கு வாங்கிய கம்பளத்தை போர்த்துக்கொண்டாள்.

அவர்கள் ஐதராபாத்தை நெருங்க மாலை சற்று நேரமாகி விட்டது. அந்த நட்சத்திர ஹோட்டல் நகரின் மத்தியில் கம்பீரமாக நின்று கொண்டிருந்தது. டிரைவர் உணவு உண்பதற்கும் மூன்று நான்கு நாட்கள் தங்கு-வதற்கும் ஏற்பாடு செய்து விட்டு, சுந்தரம் தாங்கள் எடுத்திருந்த இரண்டு அறைகளில் நுழைந்து எல்லா வசதிகளும் இருக்கின்றதா என்று பார்த்து விட்டு, மீனாவையும், பத்மாவதியையும் ஒரு அறையில் தங்க வைத்தார். அசதியின் காரணம் யாருக்கும் இரவு உணவு தேவையிருக்கவில்லை. மீனாவுக்கு மட்டும் ஒரு கப் பால் வாங்கி கொடுத்து விட்டு அனைவரும் அடித்துப் போட்டது போல அசதியில் உறங்கிவிட்டனர். மறுநாள் காலை சிற்றுண்டிக்குப்பின் சுமித்ராவும், சுந்தரமும் அவர்களின் வக்கீலைப் போய் பார்ப்பதாக ஏற்பாடு. பத்மாவதி மீனாவைப் பார்த்துக் கொண்டு ஹோட்டலிலேயே இருப்பதாகச் சொல்லி விட்டாள். ஐதராபாத் தனக்கு பரிச்சயமாகையால் பயப்பட வேண்டாம், நீங்கள் இருவரும் காரில் டிரைவருடன் சென்று வேலையை முடித்துக் கொண்டு வாருங்கள் என்று சொல்லி விட்டாள். அந்த ஏற்பாட்டின்படி இருவரும் வக்கீலின் அலுவலகத்துக்குச் சென்று விட்டனர்.

மீனா சற்று நேரத்துக்குப்பின் மிகவும் போர் அடிக்கிறது, ஏதாவது புத்தகங்களோ, விளையாட்டுப் பொருட்களோ

வாங்கித்தருமாறு கேட்டாள். மொபைலில் டாக்டரிடம் விஷயத்தைச் சொல்லி விட்டு, பத்மாவதி மீனாவுடன் அருகிலிருந்த ஒரு சூப்பர் மார்க்கெட்டை நோக்கி நடந்தாள். வழியில் ஒரு பெரிய பேனரில் சுந்தரமும், சுமித்ராவும் "ஸ்பார்க்லிங் வாட்டர்'' பாட்டிலை வைத்துக் கொண்டு நிற்பது போல இருந்ததைப் பார்த்த மீனா ஆச்சரியமாக உரத்த குரலில் 'ஐ அப்பாவும், அம்மாவும் அந்த விளம்பர கட்அவுட்டில்' என்று சொன்னதை அந்த தெருவிலிருந்தவர்கள் அனைவரும் கேட்கும்படியானது. பத்மாவதி அவளை சற்று பேசாமலிருக்கும்படி சொல்லும் போது ஒரு குரல், "என்ன பத்மாவதி, எப்படி இருக்கிறாய், சுமித்ரா நலமா, பார்த்து ரொம்ப வருஷங்களாகி விட்டதே" என்றது, திரும்பிப் பார்த்த பத்மாவதியின் சப்த நாடியும் ஒடுங்கியது.

குரலின் சொந்தக்காரன் சுமித்ராவின் முன்னாள் கணவன் மதனகோபால். பல வருடங்களுக்கு முன்பு சுமித்ராவை இளம்வயதில் திருமணம் செய்து கொண்டவன். ஒரு வேலையிலும் இல்லாமல் மனைவியின் தயவில் வாழ்க்கையை நடத்த தீர்மானித்தவன். இல்லாத கெட்ட பழக்கங்களே இல்லை என்னுமளவுக்கு குடி, சிகரெட் இன்னும் பல. பெற்றோர்கள் பார்த்து முடித்த திருமணம். திருமணத்தின் போதுதான் படித்தசுமித்ரா அவனை முதன் முதலில் பார்த்தாள். அதன்பின் அவன் குணாதிசயங்களையும், வேலையில்லாதவன் என்றும் தெரிந்து மிகவும் வேதனைப்பட்டாள். சுமித்ராவின் குடும்பம் மிகவும் பணக்காரக் குடும்பம். அவள் அப்பா யாரோ

தெரிந்தவர் சொன்னதின் பேரில் இந்த சம்பந்தத்தை முடித்து வைத்தார். விஷயம் தெரிந்த பிறகு அதிர்ச்சியில் படுத்தவர்தான், சில மாதங்களில் மொத்த சொத்துக்களையும் சுமித்ராவின் பெயருக்கு எழுதி வைத்து விட்டு மரணம் அடைந்தார். கடைசி தருணத்தில் சுமித்ராவின் கையைப் பிடித்துக் கொண்டு மன்னிப்பு கேட்பது போல பாவனையில் கடைசி மூச்சை விட்டார். அவர் இறந்தபின் ஏறத்தாழ அவள் வயதையொத்த பத்மாவதியிடம் சுமித்ரா பழக்கமாகி நட்பு அதிகரித்தது. தன்கூடவே வீட்டில் இருக்கும்படி கேட்டுக் கொண்டாள். உறவினர்கள் என்று சொல்லிக்கொள்ளும்படி யாரும் இல்லாத பத்மாவதிக்கு சம்மதம் சொல்வதைத் தவிர வேறு வழி தெரியவில்லை.

சுமித்ரா எவ்வளவு சொல்லிப்பார்த்தும், மதனகோபால் கேட்காமல் தன் தீய பழக்கங்களைத் தொடர்ந்து கொண்டிருந்தான். ஒருநாள் வீட்டிலிருந்து வெளியே செல்ல அவளிடம் பணம் கேட்ட போது அவள் கொடுக்க மறுத்தாள். கோபத்தில் பளாரென்று கன்னத்தில் அடித்து கீழே தள்ளினான். பத்மாவதி விரைந்து வந்து தடுத்தாள். வீட்டிலிருந்து சாமான்களை எடுத்துக் கொண்டு போய், கள்ள மார்க்கெட்டில் விற்று தனக்குத் தேவையான-வைகளை வாங்கிக் கொண்டான். இது அடிக்கடி நடக்கவே, சுமித்ரா கண்டிக்க வேண்டியதாகியது. சில நாட்களுக்குப் பின் ஒருநாள் இரவு வெகுநேரமாகியும் அவன் வீட்டிற்கு திரும்பவில்லை. சுமித்ராவும், பத்மாவதியும் தூங்கப் போய்விட்டனர். மறுநாள் காலையில் அவன்

அறையிலிருந்து அவனுடன் ஒரு பெண்ணும் வெளியே வந்ததைப் பார்த்த இவர்கள் அதிர்ச்சியடைந்தனர். உரத்த குரலில் சுமித்ரா அவனை வீட்டை விட்டு வெளியேறச் சொன்னாள். கூட இருந்த பெண்ணின் முன் அதிகம் அவமானப்பட விரும்பாத மதனகோபால் அவளுடன் வெளியேறினான். இரண்டு நாட்கள் கழித்து குடிபோதையில் திரும்பி வந்து, தனக்கு ஒரு கணிசமான தொகையை கொடுத்தால் தான் அவள் வாழ்விலிருந்து நிரந்தரமாக விலகி விடுவதாகச் சொன்னான். வீட்டிலிருந்த பணத்தையும், பத்மாவதியை வங்கிக்கு அனுப்பி சற்று கூடுதலாக பணத்தை கணக்கிலிருந்து எடுத்துக் கொண்டு வரும்படியும் சொல்லி, அவனிடம் கொடுத்து அவனை வெளியேற்றினாள். அவன் தொல்லை அத்துடன் முடிந்தது என்று நினைக்கையில், ஆறு மாதங்களுக்குப் பிறகு அவன் மீண்டும் தொல்லை கொடுக்க ஆரம்பித்தான். இம்முறை அவர்கள் போலீஸின் உதவியை நாடவேண்டியதாகிப் போய் விட்டது. காவல் நிலையத்துக்கு வரவழைக்கப்பட்ட மதனகோபால், தனக்கு வேலையில்லையென்றும் வாழ்வதற்கே கஷ்டப்படுவ-தாகவும், சுமித்ராவின் அப்பா ஏமாற்றி அவளை தனக்கு திருமணம் செய்து வைத்து விட்டு இறந்து விட்டார் என்றும் பல கதைகளைக் கூறி நடித்தான். சுமித்ரா இரக்கப்பட்டு ஒரு தொகையை அவனுக்கு கொடுக்க முடிவெடுத்திருப்பதாகவும், ஆனால் அவன் தனக்கு இனிமேல் எந்த தொந்திரவும் கொடுப்பதில்லை என்று எழுதிக்கொடுக்க வேண்டும் என்று போலீஸிடம்

தெரிவித்தாள். ஒப்புக்கொண்டு அப்போது பணம் கிடைத்தால் போதும் என்ற எண்ணத்தில் மதனகோபால் அப்படியே எழுதிக்கொடுத்து விட்டு, பணத்தை வாங்கிக் கொண்டு சென்றவன் தான். அதுதான் அவர்கள் இருவரும் மதனகோபாலை கடைசியாகப் பார்த்தது. பல வருடங்-களுக்குப் பின் தற்போது அவன் வயது முதிர்ச்சியின் காரணமாக இளைத்தும், கருத்தும் போயிருந்தாலும், குரலில் அதே மிரட்டும் தொனி, ஏளனப்பார்வை. அவளால் அவனை சுலபமாக அடையாளம் கண்டு கொள்ள முடிந்தது. 'சுமித்ரா அம்மா இப்போது எங்கு இருக்கிறார்கள் என்று தெரியாது' என்ற பத்மாவதியை ஏளனமாகப் பார்த்த மதனகோபால், 'என்னிடம் பொய் சொல்லி உபயோக-மில்லை' இந்த சிறுமி இப்போது சொன்ன செய்தியே எனக்கு போதும், ஆனால் இந்த வயதில் சுமித்ராவுக்கு ஐந்து வயதுள்ள பெண்ணா?' என்று கேட்டான். இனி மேலும் இவனிடத்தில் மறைத்துப் பயனில்லை, மேலும் கோபப்பட்டு சுமித்ராவுக்கு அதிகம் தீங்கு விளைவிப்பான் என்று நினைத்த பத்மாவதி அவனிடம் மன்னிப்பு கோரும் வகையில் பேச்சைக் கொடுத்தாள். சுமித்ராவுக்கு தற்போது உடல்நிலை சரியில்லை, கீழே விழுந்து மண்டையில் அடிபட்டு இப்போது தான் தேறி வருகிறார்கள். டாக்டர் சுந்தரம் சுமித்ராவுக்கு சிகிச்சை அளித்து காப்பாற்றிய-தோடல்லாமல் வாழ்வும் கொடுத்திருக்கிறார். நாங்கள் அனைவரும் தற்போது பஞ்சகனியில்தான் வாழ்க்கையை தொடர்கிறோம். ஐதராபாத்திலுள்ள வீட்டை விற்பதற்கு மட்டுமே இங்கு இரண்டு நாட்களுக்கு வந்திருக்கிறோம்

என்று மெதுவாகச் சொன்னாள். பொறுமையாகக் கேட்டுக் கொண்ட மதனகோபால் அதெப்படி 'உடல்நலம் சரி-யில்லாதவள்' மறுபடியும் திருமணம் செய்து கொள்வாள்? இந்த குழந்தையையும் தத்து எடுத்துக் கொண்டவள் போலத்தான் இருக்கிறது, நீங்கள் மிகவும் வசதியாக இருப்பது இந்த நட்சத்திர ஹோட்டலில் தங்கியிருப்ப-திலிருந்து தெரிகிறது. நான் எப்போது சுமித்ராவை பார்க்கலாம், எனக்கு வேண்டியது பணம், என்னை விவாகரத்து செய்யாமல், அவள் வேறு ஒருவனை திருமணம் செய்து கொண்டிருப்பதும் சட்டப்படி குற்றமல்லவா?' என உரக்கக்கேட்டான்.

சற்றே பீதியடைந்த பத்மாவதி இவனிடம் ஏதாவது சொல்லி தற்போது தப்பித்துக் கொள்ளலாம், பிறகு டாக்டர் சுந்தரத்திடம் பேசி இந்த பிரச்சனைக்கு ஒரு முடிவு கட்டலாம் என்று தீர்மானித்தாள். 'வீடு விற்பனை விஷயமாக அவர்கள் வக்கீலைப் பார்க்க சென்றிருக்-கிறார்கள், எந்த இடம் என்று எனக்குத் தெரியாது, மாலையில் ஹோட்டலுக்கு திரும்பி வந்து விடுவார்கள், நீங்கள் எங்களை மாலை ஏழு மணிக்கு ஹோட்டல் வரவேற்புக் கூடத்தில் சந்தித்து பேசலாம், நான் இப்போது இந்த குழந்தைக்கு சில பொருட்கள் வாங்க வேண்டும், சென்று வரட்டுமா?' என்று கேட்டு நடக்கத் தொடங்கினாள். அப்படியே ஆகட்டும், ஆனால் ஏமாற்ற மட்டும் நினைக்காதே! நீங்கள் எங்கிருந்தாலும் என்னால் கண்டுபிடிக்க முடியும். இந்த விளம்பர பேனர் ஒன்றே போதும், மாலை ஏழு மணிக்குப் பார்க்கலாம் என்று சொல்லி விட்டு மறைந்தான்.

பத்மாவதியின் முகம் பேயறைந்தது போல ஆயிற்று. வேக வேகமாக மீனாவுக்குத் தேவையானவைகளை வாங்கிக் கொண்டு ஹோட்டலுக்கு விரைந்தாள். ரூமிற்கு வந்து டாக்டர் சுந்தரத்துடன் மொபைலில் தொடர்பு கொண்டு இருபது நிமிடங்களுக்கு மேல் பேசிக்கொண்டிருந்தாள். இதுநாள்வரை சுமித்ராவின் பழையகால வாழ்வைப் பற்றி அதிகம் பேசியிருக்கவில்லை. அவளது கடந்தகால வாழ்க்கையைப் பற்றி சுந்தரமும் தெரிந்து கொள்ள ஆர்வம் காட்டாததும் காரணம். சுமித்ரா வக்கீலுடன் பேசிக் கொண்டிருக்கும் போது அவளுக்குத் தெரியாமல் சுந்தரம் வெளியில் வராந்தாவில் உட்கார்ந்து கொண்டு பத்மாவதியின் பேச்சை கேட்டுக் கொண்டிருந்தார். 'நீ அதிகம் குழம்ப வேண்டாம், நான் ஹோட்டலுக்கு வந்தபின், இருவரும் ஆலோசித்து இந்த விஷயத்தை எப்படி எதிர்கொள்வது என்பதைத் தீர்மானிப்போம்' என்று சொல்லி அவளை ஆசுவாசப்படுத்தினார்.

அந்த அபார்ட்மெண்ட் விற்ற பணத்தை சுமித்ரா தன் பெயரில் வங்கியில் இட சம்மதிக்கவில்லை. டாக்டர் சுந்தரத்தின் வங்கிக்கணக்கில் போடும்படி சொன்ன போது, சுந்தரம் தீர்மானமாக மறுத்து விட்டார். இருவரும் சேர்ந்து ஒரு முடிவெடுத்து மீனாவின் பெயரில் ஒரு கணக்கு தொடங்குவதென்றும், அந்த அக்கவுண்ட்டை பராமரிக்க பத்மாவதியை கார்டியனாக நியமிப்பது என்றும் கடைசியாக ஒப்புக்கொள்ளப்பட்டது. அதற்கான கணக்கு தொடங்கும் பத்திரங்களைப் பெற்றுக்கொள்ள சுமித்ரா ஏற்கனவே கணக்கு வைத்திருந்த வங்கிக்கே சென்று

அவைகளைப் பெற்றுக் கொண்டு ஹோட்டலுக்குத் திரும்பினார்கள். சுந்தரத்தின் முகம் வாடியிருப்பதைக் கவனித்த சுமித்ரா என்ன விஷயம் என்று கேட்டு நச்சரித்தாள். ஏதோ பழைய நினைவுகள், ஒன்றுமில்லை என்று சொல்லி சமாளித்தார். ஹோட்டலுக்கு வந்து ஏதோ பெயருக்கு மதிய உணவை சாப்பிட்டு விட்டு சுமித்ராவை சற்று ஓய்வெடுத்துக் கொள்ளும்படி சொல்லிவிட்டு, மீனாவுடன் சற்று நேரம் விளையாடிக் கொண்டிருக்கிறேன் என்று சொல்லி விட்டு வெளியேறினார்.

மீனா தான்வாங்கிய பொம்மைகளுடன் விளையாடிக் கொண்டும், புத்தகத்தில் படம் வரைந்து கொண்டிருக்கும் போது சுந்தரமும் பத்மாவதியும் பேச்சைத் தொடங்கி-னார்கள். நேரே பேச சந்தர்ப்பம் கிடைத்ததால் பத்மாவதி மதனகோபாலைப் பற்றி முழுவதும் சொல்லி விட்டாள். முறையாக விவாகரத்து பெறவில்லை என்பதையும், பல வருடங்களுக்கு முன் அவன் ஐதராபாத் போலீஸ் ஸ்டேஷனில் எழுதிக் கொடுத்த காகிதத்தைப் பற்றியும் கூட ஒன்று விடாமல் சொல்லி விட்டாள். விவாகரத்து செய்யாதது ஒரு பெரிய இடைஞ்சலாக இருந்தாலும், அந்தக் காகிதம் கிடைக்குமா என்று கேட்டார். மதனகோபால் பல வருடங்களாக தொந்திரவு கொடுக்காததால் அதைப்பற்றி தற்போது நினைவில்லை என்றும், சுமித்ராவுக்கும் அந்த காகிதம் எங்கு இருக்கும் என்று தற்போது தெரியாது என்றும் தீர்மானமாகச் சொன்னாள். இருவரும் மீண்டும் குழப்பத்திலாழ்ந்தனர். நேரம் மட்டும் யாருக்கும் காத்திருக்-காமல் ஓடிக்கொண்டிருந்தது. தூங்கி எழுந்த சுமித்ரா,

சுந்தரத்தை மொபைல் ஃபோனில் விசாரித்தாள். முகம் கழுவிக்கொண்டு கீழே வரவேற்புத் தளத்துக்கு வந்தால், அனைவரும் காபி சாப்பிட்டுவிட்டு வெளியே போகலாம் என்று சொல்லி அவளை கீழே அழைத்தார். காபி சாப்பிட்டுவிட்டு நால்வரும் அருகிலிருந்த பார்க்குக்கு சென்றனர். பத்மாவதி மட்டும் பிரிந்து மதனகோபால் வருவதற்கு காத்திருந்தாள். அவன் தூரத்தில் வருவதைப் பார்த்து அவனிடம் சென்று 'நீங்களே பாருங்கள், சுமித்ராவின் அருகில் சென்று பேச்சு கொடுத்து ஏதாவது சாதாரணமாகக் கேளுங்கள், அவள் உங்களை அடையாளம் கண்டு கொள்ளவில்லை என்பது புரியும். தயவு செய்து அவளை தொந்திரவு செய்யாதீர்கள்' என்று வேண்டிக் கொண்டாள். அவனுக்கு அது சரியாகவே படவே தனியாக சுமித்ராவும், சுந்தரமும் உட்கார்ந்திருக்கும் இடத்திற்கு சென்றான். "ஹலோ டாக்டர் சுந்தரம், ஹலோ மேடம், உங்கள் இருவரின் விளம்பரக் குறும்படத்தைப் பார்த்ததிலிருந்து நான் உங்கள் பரம விசிறியாகி விட்டேன்'' என்றான். பத்மாவதியின் கண் ஜாடையின் மூலம் அவன்தான் மதனகோபால் என்று அறிந்து கொண்ட சுந்தரம் பதிலுக்கு "நன்றி சார், நான் புரொபஷனல் நடிகன் அல்ல. என் மனைவி சுமித்ரா தான் பலமுறை நடித்திருக்கிறார். உங்கள் பாராட்டுக்கு மீண்டும் நன்றி. உங்கள் பெயரைத் தெரிந்து கொள்ளலாமா" என்று கேட்டார். அதுவரை எதுவும் பேசாமல் பார்த்துக் கொண்டிருந்த சுமித்ராவின் முகத்தில் எந்த மாறுதலும் இல்லை. முதன் முறையாக பார்க்கும் தன் விசிறிகளில்

ஒருவனைப் பார்ப்பது போலவே பார்த்து, அவன் பாராட்டை ஒரு புன்னகையுடன் ஏற்றுக் கொண்டாள். அவன் பரிச்சயப்பட்டவனாகத் தெரியவில்லை. சுந்தரத்தின் கடைசி கேள்விக்கு பதிலாக ‘என் பெயர் மதனகோபால், நான் பல வருடங்களாக ஐதராபாத்தில் தான் இருக்கிறேன் சார்’ என்று சொன்னான். அந்த பெயரைக் கேட்டும் சுமித்ரா எந்த மாறுதலையோ, அதிர்ச்சியையோ காட்டவில்லை. அவள் உண்மையாகவே நினைவுகளை இழந்தவள் தான் என்று அவனுக்குப் புலப்பட்டது. இந்த தருணத்தில் ஏதாவது ஏடாகூடமாகப் பேசி அவளிடம் பணம் கறப்பது இயலாத காரியம் என்றும் தெரிந்தது. தற்போது விலகி யோசித்து வேறு ஏதாவது வழியில் இவர்களை பயமுறுத்தி பணம் பறிக்க வழி தேட வேண்டும் என்று நினைத்துக் கொண்டு விலகினான். சுந்தரமும் பத்மாவதியும் சற்று ஆறுதலடைந்து அவன் அப்போதைக்கு அந்த இடத்தை விட்டு போனதே போதும் என்ற நினைப்பில் ஒருவரையொருவர் பார்த்துக் கொண்டனர். சுமித்ரா மீனாவுடன் விளையாட்டில் மும்முரமாக ஈடுபட்டிருந்தாள். அன்று முழுவதும் டாக்டர் சுந்தரமும், பத்மாவதியும் தனித்துப் பேச சந்தர்ப்பம் கிடைக்கவில்லை.

மறுநாள் டாக்டர் பத்மாவதியை மீனாவுடன் வங்கிக்கு அழைத்துக் கொண்டு போய் கணக்கு தொடங்கு-வதற்கான ஏற்பாடுகளை செய்வதாகச் சொன்னார். சுமித்ரா சாவகாசமாக எழுந்து குளித்து விட்டு தயாராக இருந்தாள். வங்கியிலிருந்து திரும்பிய பின், சார்பதிவாளர்

அலுவலகத்துக்குப் போவதாக முடிவாகியது. வங்கிக்குச் செல்லும் வழியில் பத்மாவதி சுந்தரத்திடம் மதனகோபாலின் நச்சுத் தன்மையைப் பற்றி சொல்லி, அவன் ஏதாவது தொல்லை கொடுப்பானோ என்று தான்பயப்படுவதாகவும் சொன்னாள். சற்று நேரமே மதன கோபாலைப் பார்த்திருந்தாலும், சுந்தரம் அவனை சரியாக எடை போட்டு விட்டார். அவனது தற்போதைய குறிக்கோள் பணம் பறிப்பது மட்டுமே. வயதான, உடல்நலம்குன்றிய, நினைவு மறந்த சுமித்ராவின் மீது அல்ல என்று தெரிந்து கொண்டார். ஆனால் இத்தனை துன்பங்கள் கொடுத்த மதனகோபாலின் பண மிரட்டல்களுக்கு பணியக்கூடா-தென்பதையும் தீர்மானமாக மனதில் எண்ணிக் கொண்டார். வங்கி வேலை முடிந்ததும் திடீரென்று ஒரு யோசனை தோன்றி, டிரைவரை போலீஸ் ஸ்டேஷன் வரை ஓட்டச் சொன்னார். பத்மாவதி பல ஆண்டுகளுக்கு முன் அவன் கடிதம் எழுதிக்கொடுத்த போலீஸ் ஸ்டேஷன் நினைவுக்கு வந்து அந்த ஏரியாவை சரியாகச் சொல்லி வழிகாட்டினாள்.

அந்த போலீஸ் ஸ்டேஷன் அடையாளமே தெரியாமல் மாறியிருந்தது. அங்கு பணிபுரிந்தவர்களும் புதிய அதிகாரிகள். பல வருடங்களுக்கு முன்பு நடந்த நிகழ்வையோ, எழுதிக்கொடுத்த காகிதத்தின் பிரதி-களையோ வைத்திருப்பார்கள் என்ற நம்பிக்கை இல்லை. இருந்தாலும் ஒரு முயற்சி செய்து பார்க்கலாம் என்ற எண்ணத்தில் அங்கு சென்றார். நிலைய மேலதிகாரி-யிடம் பேசி விஷயத்தைச் சொன்னதும் அவர் நீங்கள்

சொல்வதிலிருந்து பார்க்கும் போது FIR பதிவு செய்யவில்லை என்றே தோன்றுகிறது. ஆகையால் தோராயமாக அந்த ஆண்டு வழக்கு பதிவு செய்த ரிஜிஸ்டர்களை ஆராய்ந்தாலும் ஒரு பலனும் இருக்காது என்று கையை விரித்து விட்டார். அவர் சொன்னதும் நியாயமாகத்தான் தோன்றியது. விடை பெற்றுக் கொண்டு செல்லும் போது டாக்டர் சுந்தரம் அவரது மொபைல் எண்ணை வாங்கிக் கொண்டு ஒரு வேண்டுகோளையும் விடுத்தார். தேவையானால் இரண்டொரு நாளில் ஒரு உதவியை செய்ய வேண்டுமென்று கேட்டுக் கொண்டார். இந்த வழக்கு சற்று வினோதமாக இருப்பதாகப் பட்டதால், பல வருடங்கள் ஐதராபாத்தில் குடியிருந்த பிரபலமான டாக்டர் சுந்தரத்துக்காகவும், கூடுதலாக விளம்பரம் மூலம் சமீபத்தில் பிரபலமடைந்த தம்பதிக்காகவும் தான் கண்டிப்பாக உதவுவதாகச் சொன்னார். என்ன உதவி என்பதை டாக்டர் அவரிடம் சொல்லி விட்டு ஹோட்டலுக்கு திரும்பினார்கள்.

அனைவரும் சார்பதிவாளர் அலுவலகத்துக்குச் சென்று வக்கீல்களும், அபார்ட்மெண்ட்டை வாங்க வேண்டிய படஅதிபரும் வரும்வரை காத்துக் கொண்டிருந்தனர். பதிவு வேலை முடிந்து காசோலையை வாங்கிக் கொண்டு அவர்கள் வெளியே வருவதற்கு மாலை நான்கு மணிக்கு மேலே ஆகி விட்டது. நேரடியாக வங்கிக்குச் சென்று அந்த காசோலையை புதியதாக தொடங்கிய கணக்கில் சேர்த்து விட்டு ஹோட்டலுக்குத் திரும்பும் போது, இவர்களுக்காக மதனகோபால் அங்கு காத்துக் கொண்டிருந்தான்.

சுமித்ராவையும், மீனாவையும் அறைக்கு அனுப்பி விட்டு டாக்டரும், பத்மாவதியும் துணிக்கடைக்கு சென்று அனைவருக்கும் துணிமணிகளும், சில அத்தியாவசியமான பொருட்களையும் வாங்கிக் கொண்டு வருவதாகச் சொல்லி விட்டுச் சென்றார்கள்.

களைப்படைந்திருந்த சுமித்ராவும் தான் மீனாவுடன் ஓய்வெடுத்துக் கொள்வதாகச் சொல்லி விட்டாள். கீழே வரவேற்பு தளத்துக்கு வந்த போது மதனகோபாலைக் காணவில்லை. சற்றே நிம்மதியடைந்த அவர்கள் காரை நெருங்கும் போது அங்கு அவன் அவர்களுக்காக காத்துக் கொண்டிருந்தான். அவர்களைப் பேசவிடாமல் நோன் இன்னும் சுமித்ராவை விவாகரத்து செய்யவில்லை, சட்டப்படி நான்தான் அவள் கணவன், நீங்கள் எனக்கு பணம் கொடுக்கவில்லையென்றால், அவள் முன் சென்று பழைய நினைவுகளைக் கிளறி, துன்புறுத்தி எப்படியாவது பணத்தைப் பெற்றுக்கொள்வேன். அவள் தன் அபார்ட்-மெண்ட்டை விற்று அதிகமாக பணப்புழக்கத்தில் இருக்கிறாள் என்று எனக்குத் தெரியும்" என்று அவர்களை பயமுறுத்தினான். செய்வதறியாது இருவரும் திகைத்தனர். இவன் ஏதாவது ஏடாகூடமாகப் பேசி அவள் பழைய நினைவுகளைப் பெற்றால், எல்லாருக்கும் அதிக சிரமம். கூடுதலாக மனக்குழப்பத்தில் சுமித்ராவுக்கு பைத்தியம் பிடிக்கும் நிலைக்கே கூட போய் விடலாம் என்றும் தோன்றியது.

சற்று யோசித்த டாக்டர் 'சரி ஒரு பதினைந்து நிமிடங்கள் அவகாசம் கொடு, நாங்கள் கலந்தாலோசித்து

உனக்கு ஏதாவது உதவி செய்ய முயற்சி செய்கிறோம். சுமித்ராவின் உடல்நிலை எங்களுக்கு மிகவும் முக்கியம்' என்று சொன்னார். அதெல்லாம் எனக்குத் தெரியாது, எனக்கு வேண்டியது பணம் நீங்கள் என்ன செய்வீர்களோ, ஏது செய்வீர்களோ இன்னும் 24 மணி நேரத்தில் நான் கேட்கும் பணத்தைக் கொடுக்காவிட்டால் அப்புறம் தெரியும் சங்கதி என்று திட்டவட்டமாகச் சொல்லி விட்டான். அதற்குள் டாக்டர் ஓரிரண்டு டெலிஃபோன்கள் செய்து பணத்துக்கு ஏற்பாடு செய்து விட்டதாகச் சொன்னார். சந்தோஷமடைந்த மதனகோபால் தானும் அவர்களுடன் அப்போதே வருவதாகச் சொல்லி காரில் ஏறி உட்கார்ந்து விட்டான். வேறு வழியில்லாமல் சுந்தரம் டிரைவரை வங்கிக்கு ஓட்டும்படி உத்தரவிட்டார். வழியில் 'காலையில் போய் வந்த இடத்துக்கும் போக வேண்டும், அந்த வழியாக போகவும்ம் என்றார்.

சற்று நேரத்தில் கார் அந்த போலீஸ் ஸ்டேஷனை அடைந்தது. மனதில் ஏதோ சந்தேகம் ஏற்படவே மதன-கோபால் வண்டி நின்றவுடன் இறங்கி ஓட யத்தனித்தான். ஆனால் டாக்டர் சுந்தரம் ஏற்கனவே மொபைலில் சொல்லி-யிருந்ததால் காலையில் பார்த்த அந்த அதிகாரி துப்பாக்கி ஏந்திய இரண்டு போலீஸ் கான்ஸ்டபிள்களுடன் காரைச் சூழ்ந்து கொண்டு யாரும் வெளியேறாமல் பார்த்துக் கொண்டார். சகல மரியாதைகளுடன் மதனகோபால் உள்ளே அழைத்து வரப்பட்டான். மூவரும் அமர்ந்தவுடன் அந்த அதிகாரி பத்மாவதியைப் பார்த்து "நீங்கள் காலையில் கேட்ட காகிதத்தின் பிரதி கிடைத்து விட்டது

மேடம். தேடுவதற்குத் தான் சற்று கூடுதலாக நேரம் செலவாகியது. இந்த கவரில் தான் அந்த காகிதத்தை வைத்திருக்கிறேன்" என்ற சொல்லி ஒரு கவரை அவளிடம் கொடுத்தார்.

பத்மாவதிக்கு ஒன்றும் புரியவில்லை. காலையில் அது சாத்தியமில்லை என்ற அதிகாரி, மாலையில் எப்படி இல்லாத காகிதத்தை தேடிக் கண்டுபிடித்து தன் கையில் கொடுக்கிறார் என வியந்தாள். அந்த அதிகாரிக்கும் டாக்டர் சுந்தரத்துக்கும் நடந்த சம்பாஷனை அவளுக்கு எப்படித் தெரியும், பாவம்! சுந்தரம் மதனகோபாலைப் பார்த்து "நீ எழுதிக் கொடுத்த காகிதத்தின் பிரதி பல ஆண்டுகள் கழிந்தாலும் சுமித்ராவின் நல்ல குணத்திற்காக கடவுளாகப் பார்த்து சேமித்து வைத்திருக்கிறார் போல" என்று சொல்லிவிட்டு, சுமித்ராவிடம் உனக்கு கொடுக்க எந்த பணமும் இல்லை, அபார்ட்மெண்ட்டை விற்ற பணத்தைக்கூட மீனா பெயரில் கணக்கில் போட்டாகி விட்டது. அதற்கு கார்டியன் பத்மாவதி தான். நானோ, சுமித்ராவோ அல்ல, வேண்டுமானால் பார்த்துக்கொள் இந்த பாஸ்புத்தகத்தை'' என்று சொல்லி அவனுக்குக் காட்டினார். இப்போது நிலைய அதிகாரியின் குரல் 'என்னப்பா மதனகோபால், இது போதுமா இன்னும் இரண்டொரு வழக்குகள் உன் மீது போட்டு நிரந்தரமாக உள்ளே வைக்க ஏற்பாடு செய்யட்டுமா' என்றது. ''திருமணம் செய்து கொண்டு மனைவியின் பணத்தில் வாழ்ந்ததோடல்லாமல் அடிக்கடி அவளிடம் பணம் வாங்கிக் கொண்டு துன்புறுத்திய குற்றத்திற்கும், கடிதம்

போலீஸ் ஸ்டேஷனில் தந்த பிறகும் பல ஆண்டுகள் கழித்து, உடல் நலம் குன்றிய பெண்மணியை துன்புறுத்தப் பார்க்கிறாயே'' என்று அறிவுரையும் கூறினார்.

"நான் இனிமேல் இதுபோல தவறுகள் செய்ய மாட்டேன் என்றும், இனி சுமித்ராவின் பக்கம் தலைவைத்துக் கூட படுக்க மாட்டேன் என்றும் ஒழுங்காக எழுதிக்கொடுத்து விட்டு நகருவதற்கு வழியைப் பார், இல்லா விட்டால் நடப்பதே வேறு" என்று கடுமையாக சொல்லிவிட்டு கையிலிருந்த பிரம்பை இடது உள்ளங்கையில் தட்டி அடிப்பதற்கு தயாராவது போல எழுந்து நின்றார். பைத்தியமா பிடித்திருக்கிறது மதனகோபாலுக்கு, எங்கே சார் பேப்பரும், பேனாவும் என்ற கேட்டு அவர் சொன்னபடி எழுதிக்கொடுத்து விட்டு பின்னங்கால்கள் பிடரியில் இடிக்க, வேறு ஊருக்கு போய் விடுகிறேன் சார் என்று உறுதி கூறிவிட்டுத்தான் சென்றான். அவன் ஆதார் மற்றும் மொபைல் நம்பரையும் வாங்கி வைத்துக் கொள்ளத் தவறவில்லை. அவன் சென்றபின் அவன் புதிதாக எழுதிக்கொடுத்த கடிதத்தையும் ஆதார் முதலியவைகளையும் இவர்களிடமே கொடுத்து விட்டார். ஆச்சர்யப்பட்ட பத்மாவதி சுயநினைவு பெற்றவளாக தன்னிடமிருந்த கவரை பிரித்து உள்ள இருந்த காகிதத்தைப் பார்க்கும் போதுதான் அது வெற்றுக்-காகிதம் என்று தெரிந்தது. டாக்டர் சுந்தரமும், காவல்-நிலைய அதிகாரியும் ஒருவரையொருவர் பார்த்து சிரித்துக் கொண்டனர். ஒருவழியாக ஹோட்டலுக்குத் திரும்பி சற்று ஓய்வெடுத்துக்கொண்டு பஞ்சகனி திரும்புவதற்கு

ஆயத்தமானார்கள். நல்லவேளை நடந்தது எதுவும் சுமித்ராவுக்கு தெரியாது. தெரிந்திருந்தால் குழப்பம்தான் மிஞ்சும் என்று டாக்டர் சுந்தரம் நினைத்துக் கொண்டிருந்தார். ஆனால் அது தவறு என்று சுமித்ராவின் நினைவலைகளை அறிந்து கொண்டவர்களுக்குப் புரியும்.

தனக்கு பல நாட்களுக்கு முன்பே பழைய நினைவுகள் திரும்பியதை சொன்னால் எங்கே டாக்டர் மிகவும் சங்கடத்திற்குள்ளாவாரோ என்று அவள் யாரிடமும் சொல்லவில்லை. நல்ல தோழியாக பத்மாவதியும், தன் ஒரே ஆசையான குழந்தை வேண்டுமென்ற பிரார்த்தனைக்கு பதிலளித்த ஆண்டவன், மீனாமூலம் அந்த ஆசையையும் பூர்த்தி செய்ததையும், எல்லாவற்றிற்கும் மேலாக நல்ல கணவனாக டாக்டர் சுந்தரத்தைக் கொடுத்ததற்கும் வழி நெடுக கடவுளுக்கு நன்றி செலுத்திக் கொண்டு வந்தாள். இடையில் வந்த மதனகோபால் மட்டும் நினைவில் நெருஞ்சி முள் போல தோன்றினாலும், தனக்கு பழைய நினைவுகள் வராதது போல நடித்ததை எண்ணி தானே வியந்து கொண்டாள். அவள்தான் சிறந்த பண்பட்ட நடிகையாயிற்றே! ஷோலாப்பூரில் வாங்கிய கம்பளத்தை இறுக்க போர்த்திக்கொண்டு தன் உடலையும், நினைவு திரும்பிய உண்மையையும் சாமர்த்தியமாக மறைத்துக் கொண்டாள். மறுபடியும் சுமித்ரா டாக்டர் சுந்தரத்தின் தோளில் சாயும் போது அவர் விட்ட நிம்மதிப் பெருமூச்சு பத்மாவதியின் காதுகளிலும் துல்லியமாக விழுந்தது.

கார் பஞ்சகனியை நெருங்கும்போது பத்மாவதி கீழே இறங்கி சுமித்ராவுக்கு பிடித்த மல்லிகைப்பூவையும்,

மகிழம்பூவையும் வாங்கத் தவறவில்லை. அவளுக்குத் தெரியும் சுமித்ரா மற்றும் டாக்டர் சுந்தரத்தின் விருப்பங்கள். மீனாவும் சில மாதங்களுக்கு முன்பு மதுரையில் தான் கூவிக்கூவி விற்ற மல்லிகையின் வாசத்தை மறுபடி நுகர்ந்து சுமித்ராவை இறுக்க கட்டிக்கொண்டாள். மதுரை மீனாட்சிக்குத் தெரியும் யாருக்கு என்ன கொடுக்க வேண்டுமென்று! இருந்தாலும் சற்று விளையாட நினைத்து சில வருடங்கள் பொறுத்திருந்தாள், மீண்டும் தன் சோதனையைத் தொடங்க!

பூனா பள்ளத்தாக்கு.

அமெரிக்காவிலிருந்து ஐதராபாத் வந்திறங்கிய ஷீலா தன் கணவன் சூரஜ் திடீரென்று எங்கே போய்விட்டான் என்று தேடினாள். உடைமைகள் வரும் பெல்ட்டில் அதிகமான பெட்டிகள் நகர்ந்து கொண்டிருந்தன. சொல்லி வைத்தாற்போல அவர்கள் பெட்டிகள் கடைசியாக வந்தன. சூரஜ் ஒருவழியாக அவைகளை எடுத்துக்கொண்டு ஷீலா பொறுமையில்லாமல் நிற்கும் இடத்துக்கு வந்தான். விமானநிலைய வாசலில் டிரைவர் மாரிமுத்து இவர்களுக்காக வெகுநேரம் காத்துக்கொண்டிருந்தான். பார்த்து பதினைந்து வருடங்களுக்கு மேலாகியதால் கண்டுபிடிப்பது கடினம். ஷீலாவே அவனை தூரத்திலிருந்து பார்த்து 'மாரிமுத்து அங்கிள்' எப்படி இருக்கீங்க, இவர் தான் சூரஜ், என் கணவர் என்று அறிமுகப்படுத்திவிட்டு தள்ளு வண்டியை அவனிடம் கொடுத்தாள். 'சற்று நேரம் இங்கேயே நின்று கொண்டிருங்கள், ஒரு நொடியில் நான் வண்டியை எடுத்துக் கொண்டு வந்து விடுகிறேன்' என்று சொல்லிவிட்டு காரை எடுக்க விரைந்தான். அது லேட்டஸ்ட் மாடல் 'ஆவ்டி' கார், உள்ளே உட்கார்ந்ததும் மெத்தென்ற இருக்கை அவர்களை உள்வாங்கிக்கொண்டது. அம்மா

அனுபமா அவர்களுக்காக வாசலிலேயே காத்துக் கொண்டிருந்தாள். 'வா ஷீலா, வா சூரஜ் பயணம் சவுகரியமாக இருந்ததா? மிகவும் களைத்துக் போயிருக்கிறீர்கள், மேலே இருக்கும் பெரிய அறைக்குச் சென்று ஓய்வெடுத்துக் கொள்ளுங்கள், நான் அலுவலகத்துக்குச் சென்று சில வேலைகளை முடித்துக் கொண்டு சீக்கிரமாகவே வந்து விடுகிறேன்' என்று சொல்லிவிட்டு, வந்த அதே காரில் மாரிமுத்து ஓட்ட, விரைந்து விட்டாள்.

மேலே உள்ள பெரிய அறையா, அது அப்பாவின் அறையாயிற்றே என்று குழம்பிய ஷீலா ஒன்றும் சொல்லாமல் பெட்டிகளை தூக்கிச்சென்ற பணியாளின் பின்னால் நடந்தாள். பதினான்கு மணி நேரப்பயணம், அசதி, நேரமாற்றம் எல்லாம் சேர்ந்து இருவரையும் படுக்கையில் விழச்செய்தது. எட்டு மணிநேரம் கழித்து எழுந்து பார்க்கும் போது மிகவும் இருட்டாக இருந்தது. விளக்கைப் போட்டதும், காத்துக் கொண்டிருந்தது போல, கதவைத் தட்டும் சப்தம் கேட்டது. திறந்தவுடன் பணிப்பெண் பவ்வியமாக 'காபி சாப்பிடுகிறீர்களா, அல்லது இரவு உணவையே கொண்டு வரட்டுமா?' என்று குனிந்த தலையுடன் கேட்டு, பதிலுக்குக் காத்திருந்தாள். ஷீலாவும், சூரஜும் கீழே இறங்கி சாப்பாட்டு மேஜையை நெருங்கும்போது, அனுபமா இவர்களுக்காக காத்துக்கொண்டிருந்தாள்.

அப்பா இன்னும் ஆஸ்பத்திரியிலிருந்து வரவில்லையா என்று விவரம் அறியாத ஷீலா கேட்டதும் அனுபமா தயக்கத்துடன் 'அப்பா இங்கு இல்லை, மற்ற விவரங்கள்

பிறகு விரிவாகச் சொல்கிறேன்' என்று சொல்லிவிட்டு பேச்சை திசை திருப்பிவிட்டாள். நாற்பது வயதை நெருங்கிக் கொண்டிருந்த ஷீலாவுக்கு லேசாக ஏதோ புரிவது போல இருந்தது. அப்பா தங்கியிருந்த தனியறையை தங்களுக்கு ஒதுக்கும் போதே, சின்ன சந்தேகம், கணவன் மனைவிக்கு சற்று பெரியதான அறையை ஒதுக்கியிருக்கிறார்கள் என்று அப்போது நினைத்தாள். சமையல் பரிமாறுபவர்களும், வேலையாட்களும் அருகிலிருப்பதால் மேலும் எதுவும் கேட்காமல், சாப்பாட்டை முடித்துக் கொண்டு எழுந்து விட்டார்கள். சூரஜ்ஜை தாங்கள் தங்கியிருந்த அறைக்கு அனுப்பிவிட்டு, அம்மாவுடன் அவளது அறைக்குச் சென்றாள். தனிமையில் மனம் விட்டு பேசி விவரங்களைக் கேட்டறியலாம் என்ற ஆவலுடன். அனுபமாவுக்கும் அது சரியென்றே தோன்றியது. தான் திராட்சைத் தோட்டங்களைப் பார்வையிட கலிபோர்னியா சென்று வந்ததிலிருந்து, கணவன் டாக்டர் சுந்தரமும், சுமித்ரா என்ற நடுத்தர வயது நடிகையும் சேர்ந்து நடித்த குறும்பட விளம்பரத்தைப் பற்றியும், அந்த விளம்பரம் மிகவும் பிரபலமாகிவிட்டதையும், அது தங்களின் விவாகரத்து வரை போய்விட்டதையும் சொல்லி முடித்தாள். "இவ்வளவு நடந்தும் என்னிடம் ஏன் ஒரு வார்த்தை கூட சொல்லவில்லை" என்று கோபித்த ஷீலா, 'எனக்கு அப்பாவைப் பற்றி நன்றாகத் தெரியும், அதுவும் நீ அவரை நடத்திய விதம் கண்முன்னே நிற்கிறது. அவர் மீது கண்டிப்பாக தவறு இருக்காது, நீ அவசரப் பட்டிருக்கலாம். நான் அப்பாவுடன் நேரே பேசாமல், நீ சொல்வதை முழுமையாக நம்ப

முடியாது' என்று சொல்லிவிட்டு சற்று வெறுப்புடன் எழுந்து கொண்டாள். இன்று இதுவரை போதும், நாளை மற்றவைகளைப் பேசிக் கொள்ளலாம் என்ற எண்ணத்துடன் தன் அறைக்குச் சென்று படுக்கையில் சரிந்தாள்.

தூக்கம் வரவில்லை, சிறிய வயதில் அம்மாவுடன் சேர்ந்து சற்று கண்டிப்புடன் வளர்க்க வேண்டும் என்று நினைத்த அப்பாவை, தானும் ஒதுக்கியது பற்றி நினைத்து வருந்தினாள். இப்போது வருத்தப்பட்டு என்ன பயன்? இத்தனை வருடங்களில் தானாவது அப்பாவுடன் தொடர்பு கொண்டு பேசியிருக்கலாமே என்று ஆதங்கப்பட்டாள். மேல் படிப்புக்கு அமெரிக்கா போக வேண்டாம், இங்கேயே நிறைய சிறந்த கல்லூரிகள் இருக்கின்றன என்ற அப்பாவின் சொல்லைக் கேட்காமல், அம்மா கொடுத்த செல்லத்திலும், பரம்பரைச்சொத்து கொடுத்த கர்வத்திலும், அப்பாவை உதாசீனப்படுத்தியது நினைவலைகளில்! எந்த பொக்கிஷங்களுமே, கையிலிருக்கும்போது அதன் அருமை தெரிவதில்லை. எட்டாத தூரத்துக்குப் போய், கிடைக்காது என்னும் போதுதான் அதன் உண்மையான மதிப்பு தெரிகிறது. ஷீலா விரைவில் தன் அப்பாவை சந்திக்க வேண்டுமென்று தீர்மானமெடுத்தாள். முதலில் அதற்கு சூரஜ்ஜின் சம்மதமும், ஒத்துழைப்பும் தேவை. ஐதராபாத்தில் அந்த மருத்துவமனையில் பணி புரிந்து கொண்டு அந்த ஊரில்தான் வேறு இடத்தில் தங்கி-யிருப்பார் என்று நினைத்தவளுக்கு அதிர்ச்சி. டெலி-ஃபோனில் விஜாரித்த போது அவர் எப்போதோ

ராஜினாமா செய்து விட்டு போய்விட்டதும், தற்போது எங்கு இருக்கிறார் என்பது தெரியவில்லை என்ற தகவல் மட்டுமே கிடைத்தது. அம்மாவிடம் கேட்டும் பயனில்லை, தெரியாது என்று தான் சொல்வாள். தெரிந்திருந்தாலும் சொல்லமாட்டாள், என்ன செய்வது என்று யோசிக்கையில் நீண்ட காலமாக டிரைவராக இருக்கும் மாரிமுத்து உதவக்கூடும் என்று தோன்றியது. மாரிமுத்துவைப் பார்த்து அம்மாவை அலுவலகத்துக்கு கொண்டு போய் விட்ட பிறகு தன்னையும், சூரஜ்ஜையும் தன் பழைய தோழி வீட்டிற்கு அழைத்துக் கொண்டு போக முடியுமா என்று கேட்டாள். அனுபமாவின் உத்தரவுடன் அவன் அவர்கள் இருவரையும் காரில் அழைத்துக் கொண்டு சென்றான்.

வழியில் ஷீலா 'மாரிமுத்து அங்கிள், எனக்கு இந்த ஊரில் தோழிகள் யாரும் இல்லை. உங்களுடன் சற்றுநேரம் தனியாகப்பேசி என் அப்பாவைப் பற்றி விவரங்கள் தெரிந்து கொள்ளலாம் என்று தான் அழைத்து வந்தேன்' என்றாள். சற்று தயங்கினாலும் அனுபமாவிடம் கட்டாயமாகச் சொல்ல மாட்டேன் என்று ஷீலா வாக்களித்ததால் மாரிமுத்து மடை திறந்த வெள்ளம் போல பேசத் தொடங்கினான். 'சுமித்ரா என்ற நடுத்தர வயது பெண்மணி, அனுபமாஅம்மாவின் விளம்பர குறும்படத்தில் நடிக்க ஒப்புக்கொண்டார்கள். அப்பாவையும் வலுக்கட்டாயப்படுத்தி அதில் நடிக்க வைத்தார்கள். வழக்கம் போல அம்மா, டாக்டர் சுந்தரத்தை மற்றவர்கள் முன்னிலையில் ஏளனப்படுத்திக் கொண்டும், குறை கூறிக் கொண்டுமிருந்தார்கள். டாக்டர் எதையும் அதிகம் காதில் வாங்கிக்கொள்ளாமல் தன் வேலையில்

ஈடுபாட்டுடன் இருந்தார். சுமித்ரா கீழே விழுந்து அடிபட்டுக் கொண்டு பழைய நினைவுகளை இழந்து விட்டார்கள். டாக்டர் அவர்களை பரிவுடன் கவனித்துக் கொண்டதை தவறாகப் புரிந்து கொண்ட அனுபமாமேடம், யோசிக்காமல் உங்கள் அப்பாவை விவாகரத்து செய்து விட்டார்கள். அவரும் மறுத்துப் பேசாமல் கையெழுத்து போட்டு விட்டு, போட்டுக் கொண்டிருந்த உடுப்புகளுடன் வெளியேறிவிட்டார். மருத்துவமனை வேலையையும் ராஜினாமா செய்து விட்டு, தன் நண்பன் ரவி நடத்திக்-கொண்டிருக்கும் ஒரு சின்ன மருத்துவமனையில் சேர்ந்து விட்டதாகக் கேள்விப்பட்டேன்' என்று நா தழுதழுக்க கூறி முடித்தான். நோன் அவரை எப்படியாவது இப்போதே பார்க்க வேண்டும், எங்களை அவரிடம் அழைத்துக் கொண்டு போ" என்று கெஞ்சினாள். அது முடியாத காரியம் அம்மா, பல வருடங்களுக்கு முன்பு அவர் சுமித்ராஅம்மாவுடன் பஞ்சகனிக்கு போய் விட்டார். சில வருடங்களுக்கு முன்பு இருவரும் ஐதராபாத் வந்து சுமித்ரா அம்மாவின் அபார்ட்மெண்ட்டை விற்று விட்டு உடனே திரும்பி விட்டார்கள். இப்போது பஞ்சகனியில் தான் இருக்கிறார்களா எனத் தெரியவில்லை என்றான். ஐதராபாத் வந்திருக்கும்போது இரண்டு மூன்று நாட்கள் தங்கியிருந்தார்கள். அவரை நேரே போய் அந்த ஹோட்டலில் சந்திக்கலாமா என்று நினைத்துக் கொண்டிருந்தேன். ஆனால் அப்போது நான் அனுபமாஅம்மாவை பின் சீட்டில் உட்கார வைத்துக்கொண்டு ஆபிஸ் சென்று கொண்டிருந்ததால் முடியாமல் போய்விட்டது. இரண்டு

நாட்கள் கழித்து அங்கு சென்று கேட்ட போது, அவர்கள் அறையை காலி செய்து விட்டு போய் விட்டார்கள் என்று தெரிந்தது. அந்த ஹோட்டல் சிப்பந்தி மூலமாகத் தான் அவர்கள் பஞ்சகனியில் இருந்து வந்தார்கள் என்று தெரிந்தது என்றான். நீ எங்களுடன் வருகிறாயோ, இல்லையோ, நாங்கள் நாளை காலையில் பஞ்சகனி செல்கிறோம். அதற்கான ஏற்பாடுகளை முதலில் செய் என்று உத்தரவிட்டாள். பஞ்சகனிக்கு இங்கிருந்து நேரடி விமானங்கள் கிடையாதம்மா, மும்பைக்கோ, பூனாவுக்கோ சென்று அங்கிருந்து காரில் போக வேண்டும் என்ன செய்யட்டும் என்றான். மும்பைக்கே இரண்டு விமான டிக்கெட்டுகள் வாங்கிவிடு, நாங்கள் இருவரும் அங்கிருந்து டாக்சியில் பயணம் செய்து கொள்கிறோம் என்று சொல்லி விட்டு தன் கணவனிடம் விஷயத்தைச் சொன்னாள். 'அம்மா நாங்கள் இருவரும் சில நாட்கள் மும்பை மற்றும் பூனாவுக்கு சென்று சுற்றிப்பார்த்து வரலா-மென்றிருக்கிறோம், திரும்ப ஒருவாரம் ஆகும், நீயும் எங்களுடன் வருகிறாயா' என்று ஒரு சம்பிரதாயத்துக்கு கேட்டாள். 'இங்கிருக்கும் கம்பெனி வேலைகளை விட்டு விட்டு என்னால் ஒருவாரம் இல்லை, இரண்டு நாட்கள் கூட நகர முடியாது போலிருக்கிறது ஷீலா, நீங்கள் இருவரும் போய் வாருங்கள்' என்று சொல்லி விட்டாள்.

ஐதராபாத்திலிருந்து மும்பைக்கு விமானப்பயணமும், அங்கிருந்து பஞ்சகனிக்கு டாக்சி பயணமும் எளிதாக இருந்தது. பஞ்சகனியில் ஒரு சாதாரண ஹோட்டலில் இருவரும் அறை எடுத்துத் தங்கினார்கள். டாக்டர் ரவியின்

மருத்துவமனையைக் கண்டுபிடிப்பதில் அதிக சிரமம் இல்லை. அங்கு சென்று விசாரித்ததில் ஒரு அதிர்ச்சி, டாக்டர் சுந்தரம் அந்த மருத்துவமனையில் சில ஆண்டு காலங்கள் பணிபுரிந்தது உண்மைதானென்றாலும், தற்போது தன் குடும்பத்துடன் பஞ்சகனியை விட்டு வெளியூர் சென்று விட்டார் என்று சொன்னார்கள். தீர விசாரித்ததில் அவர் பூனாவுக்கு குடிபெயர்ந்திருக்கலாம் என்ற செய்தி கிடைத்தது. ஆஸ்பத்திரியின் முதலாளியும், தலைமை டாக்டருமான ரவி தற்போது வெளிநாடு போயிருப்பதாகவும், பதினைந்து நாட்கள் கழித்துத்தான் வருவார் என்றும் தெரிந்தது. அவருக்கு கூடுதலாக மேலும் விவரங்கள் தெரிந்திருக்கலாம் என்று அந்த வயதான நர்ஸ் சொல்லி விட்டு நகர்ந்தாள். என்ன செய்வது என்று தெரியாமல் இருவரும் விழித்துக் கொண்டிருந்தனர். வராந்தாவில் உட்கார்ந்திருக்கும் போது மீண்டும் ஏதோ வேலையாக அந்த நர்ஸ் அந்தப்பக்கம் வந்து இவர்கள் இன்னும் போகாமல் ஏன் இங்கு உட்கார்ந்து கொண்டிருக்கிறார்கள் என்று வியந்தாள். அணுகி விசாரிக்கையில் ஷீலா டாக்டர் சுந்தரத்தின் மகள் என்று தெரிந்தது. பரிதாபப்பட்டு அவள், டாக்டர் குடும்பம் இப்போது எங்கே என்று உண்மையிலேயே எனக்குத் தெரியாது, டாக்டர் இங்கிருந்து போனவுடன் அவருக்கு இரண்டு, மூன்று கடிதங்கள் வந்தது. பிறகு அவைகளும் நின்று விட்டன. அந்த கடிதங்கள் இங்குதான் எங்கோ இருக்கும். சற்று நேரம் இங்கேயே இருங்கள், நான் தேடிப்பார்த்து கிடைத்தால் கொண்டு வந்து

காட்டுகிறேன். அவை எங்கிருந்து, யாரிடமிருந்து வந்தன என்று தெரிந்தால் கூடுதல் விவரம் கிடைக்கலாம் என்று சொல்லிவிட்டு உள்ளே சென்றாள். திரும்பி வருவதற்கு அரைமணி நேரத்துக்கு மேலாகியது. கைகளில் மூன்று கடிதங்கள், பிரிக்கப்படாமல் இருந்தன. கவர்களில் அனுப்பியவர்களின் முகவரி ஒன்றாகவே இருந்தது. அவை 'டாக்டர் டி.ஒய் பாடில்' மருத்துவ பல்கலைக் கழகத்திலிருந்து வந்தவை எனத் தெரிந்தது. ஷீலா அவைகளை வாங்கிப் பிரித்துப் படித்துப் பார்த்தாள். எல்லாவற்றிலும் டாக்டர் சுந்தரத்தை சிறப்பு விருந்தினராக அழைத்து அனுப்பப்பட்ட அழைப்பிதழ்களே என்று அறிந்து கொண்டு, அந்த நர்ஸ்ஸை மேலும் அதைப்பற்றிக் கேட்டாள். டாக்டர் சுந்தரம் இங்கு பணியாற்றிக் கொண்டிருக்கும் போது, சில சமயங்களில் பூனாவுக்கு சென்று வருவார், அவ்வளவு தான் தெரியும் என்றாள்.

ஹோட்டலுக்குச் சென்று, அறையை காலி செய்து விட்டு இருவரும் பூனாவுக்குப் பயணமானார்கள். பூனா அமைதியான நகரம், ஐதராபாத்துக்கும், மும்பைக்கும் நேர் எதிர், சற்று உயரமான நிலப்பரப்பு, தென்மேற்குத் தொடர்ச்சி மலையின் ஏறத்தாழ முடிவில் அமைந்திருந்த நகரம், சத்ரபதி சிவாஜி ஆண்ட பூமி. அதன் கம்பீரம் இன்னும் போகவில்லை, தெருக்கள் எல்லாம் மேடு பள்ளங்களில் அமைந்திருந்தன. தட்பவெப்பநிலை சீராக இருக்கும், அரபிக்கடலின் காற்றும், தென்மேற்குப்பருவக்காற்றும் ஒன்றாக அடித்து வருடந்தோறும் சற்று குளிர்ச்சியாகவே வைத்திருக்கும். முதன்முதலில் இந்தியாவில்

ஆரம்பிக்கப்பட்ட திரைப்படக்கல்லூரி பூனாவில் தான். மென்பொருள் கல்வியை முதன்முதலில் கற்றுக்கொடுக்க ஆரம்பித்த கல்லூரியும் பூனாவில்தான். பூனாவில் 'எம்.சி.ஏ' பட்டம் படித்த மாணவ மாணவிகளுக்குத்தான் எத்தனை கர்வம், இன்றும் பல மென்பொருள் நிறுவனங்கள் பலமாடிக்கட்டிடங்களில் வியாபித்துக் கொண்டிருக்கிறது. பின்னர் கட்டமைக்கப்பட்ட ஐ.டி நிறுவனங்கள் பெங்களூர், சென்னை, மும்பை, ஐதராபாத் என்று பரவியிருந்தாலும் எல்லாவற்றிற்கும் ஆணிவேர் பூனாவே! டாடா கன்சல்டன்சியில் வேலைக்குச் சேர்ந்த சுதாமூர்த்தி அம்மையாரைக் கேட்டுத் தெரிந்து கொள்ளலாம். எல்லா-வற்றையும் கார் டிரைவர் சொல்லிக்கொண்டே வந்ததில் இவர்களுக்கு நேரம் போனதே தெரியவில்லை. பூனாவின் மத்தியப்பகுதியிலிருந்த ஒரு பெரிய ஹோட்டலில் அறை எடுத்துக் கொண்டு மேற்கொண்டு என்ன செய்வதென்று யோசித்தனர், டாக்டர் டி ஒய் பாடில் பல்கலைக்ழகம் இன்றும் நாளையும் விடுமுறையானதால், திங்கட்கிழமை காலை போய் விசாரிக்கலாம் என்று முடிவெடுத்து, இரண்டு நாட்களையும் ஊரைச் சுற்றிப் பார்க்க தீர்மானித்தனர். எங்கு திரும்பினாலும் கோவில்கள், பக்திமான்கள் அதிகம் உள்ள ஊர் என்று நினைத்தனர். கிடைத்த சமயத்தில் அந்த பல்கலைக்கழகத்தைப் பற்றியும் அவர்கள் நடத்தும் பலவித கல்வித்துறை வகுப்புகளைப் பற்றியும் ஆராய்ந்து தெரிந்து கொண்டனர்.

திங்கட்கிழமை காலை ஆவலுடன் 'பிம்ப்ரி-சின்ச்வாட்' என்ற ஊரின் சற்று ஒதுக்குப்புறமாக இருந்த அந்த

இடத்தை அடைந்த போது அதிகம் வியப்பு, பலநூறு ஏக்கர் நிலத்தில் பல கட்டிடங்களில் அமைந்திருந்தது அந்த பல்கலைக்கழகம், டாக்டர் படிப்பில் எத்தனை பிரிவுகள் உண்டோ, அத்தனைக்கும் வகுப்புகள் எடுக்கும் வசதி, நாட்டின் தலைசிறந்த கல்வி நிறுவனங்களில் ஒன்று எனப் பெயர் பெற்றிருந்தது. அதுமட்டுமல்லாமல், மற்ற வணிகத்-துறை, மென்பொருள்கல்வித்துறை, கலைக்கல்லூரிகள் என்று எல்லாவிதமான மேற்படிப்பையும் படிக்க வசதிகள், ஹோட்டல் பராமரிப்புத்துறை வரை எதையும் விட்டு வைக்கவில்லை. பள்ளிப் படிப்பிலிருந்து வெளியே வந்ததும், மேற்கொண்டு கல்வி பயில இத்தனை சாத்தியக்கூறுகளா என்று வியக்கும்படி அத்தனை பிரிவுகள், இந்த வைக்கோல் போரில் விழுந்த ஊசியை எப்படித் தேடுவது? டாக்டர் சுந்தரத்தை பற்றி யாருக்குத் தெரியும், யாரிடம் கேட்டால் சரியான பதில் சொல்வார்கள் என்று குழப்பம், கையில் அந்த மூன்று அழைப்பிதழ்கள் மட்டுமே, எல்லாமே முடிந்து போன நிகழ்வுகளுக்கு அனுப்பப்பட்ட அழைப்-பிதழ்கள். ஆயிரக்கணக்கானவர்களுக்கு அனுப்பியிருக்-கக்கூடும், இருந்தாலும் முயற்சியை கைவிடுவதில்லை என்ற தீர்மானம். டாக்டர் சுந்தரம் இளங்கலைப் பட்டப்படிப்பிற்குப்பின் அறுவைச் சிகிச்சை செய்வதில் முதுகலைப் பட்டம் பெற்றவர் என்று ஷீலாவுக்குத் தெரியும், அங்கு போய் விசாரித்தால் ஏதாவது தெரிந்து கொள்ள வாய்ப்பிருக்கிறது என்ற எண்ணத்தில் அந்த பகுதிக்கு முதலில் விரைந்தனர். அங்கு எல்லோருமே இளம் டாக்டர்கள், படிப்பவர்கள், பாடம் நடத்துபவர்கள்

என்று எல்லோரும் இருபதுகளிலும், முப்பதுகளிலும், யாரிடமிருந்தும் எந்த தகவலும் தெரிந்து கொள்ள முடியவில்லை. சற்று சோர்வடைந்து, அழைப்பிதழ்கள் அனுப்பிய நிர்வாகப் பகுதியில் கேட்டதும் அதேபதில், நூற்றுக்கணக்கானவர்களுக்கு நாங்கள் அழைப்பிதழ் அனுப்பியிருக்கிறோம், விவரம் தெரியாது என்ற பதிலில். சற்று சோர்வடைந்து ஷீலாவும், சூரஜ்ஜூம் திரும்பி நடக்கும் போது டாக்டர் சுந்தரம் ஒரு பதினேழு வயது மதிக்கத்-தகுந்த பெண்ணுடன் எதிரே வந்து கொண்டிருந்தார். கும்பிடப்போன தெய்வம், குறுக்கே வந்தது போல. ஷீலாவுக்கு தன் தந்தையைப் பார்த்து பல வருடங்-களானாலும், எப்படி மறக்கும், ஓடி வந்து, அப்பா என்று அழைத்தாள். டாக்டர் சுந்தரத்துக்கு அளவிலா மகிழ்ச்சி, தன் பெண் ஷீலாவா இப்படி வளர்ந்திருக்கிறாள், பார்த்து எத்தனை வருடங்களாகிவிட்டது, மேற்படிப்பு படிக்க அமெரிக்கா சென்ற போது பார்த்தது, பின் அதிகம் பார்க்கவில்லை, திருமணம் கூட கலிபோர்னியாவில் ஒரு சிறிய கோவிலில் எளிய முறையில் நடந்ததாக பின்னர் தெரிய வந்தது. நாற்பதை நெருங்கும் வயதில் சற்று பூசினாற்போல குண்டாகத் தெரிந்தாள். கூட நின்று கொண்டிருப்பவன் கணவனாக இருக்க வேண்டும், இருவரையும் கட்டியணைத்து வாழ்த்துக்கள் சொல்லி, இங்கே எப்படி வந்தீர்கள் எனக் கேட்டார். அருகில் நிற்கும் பெண்ணைப் பார்த்து சந்தேகம், என்ன உறவாக இருக்கும்? இவள் மருத்துவக் கல்லூரியில் சேர தன் தந்தையுடன் வரக் காரணம் என்ன? அம்மாவை

விவாகரத்து செய்து ஏறத்தாழ பத்து வருடங்கள் ஆனதாகத்தானே கேள்விப்பட்டேன், இவ்வளவு பெரிய பெண் எப்படி இருக்க முடியும் என்று பல குழப்பங்கள், கேட்க வாய் எழும்பவில்லை. 'எல்லாவற்றிற்கும் பதில் சொல்கிறேன் ஷீலா, சற்று அமைதியாக இந்த இருக்கையில் இருவரும் உட்கார்ந்து கொள்ளுங்கள் நான் இவளை கல்லூரி நிர்வாக அறைக்கு அழைத்துக் கொண்டு போய் விட்டு டாக்டர் இளங்கலைப் பட்டப்படிப்பிற்கு சேர்ப்பதற்கான வேலைகளை பார்த்து விட்டு ஒரு அரை மணி நேரத்தில் வந்து விடுகிறேன்' என்று சொல்லிவிட்டு அந்தப் பெண்ணுடன் உள்ளே சென்றார்.

சொல்லிவைத்தாற்போல் அரைமணி நேரத்தில் வெளியே வந்த டாக்டர் சுந்தரம் தாமதத்திற்கு வருத்தம் தெரிவித்து விட்டு சாவகாசமாக எதிர் இருக்கையில் அமர்ந்து கொண்டார். கூட வந்த பெண்ணையும் உட்காரச் சொல்லி விட்டு அவளை இருவருக்கும் அறிமுகப்படுத்தி வைத்தார், 'இவள் தான் மீனா உன் தங்கை, பிறந்தது மதுரை, நீலகண்டன் காமாட்சி தம்பதிக்கு பிறந்தவள். பிரெஞ்சு தம்பதியான மார்ட்டின் சாராவினால் தத்தெடுக்கப்-பட்டிருக்க வேண்டியவள். எங்கள்அதிர்ஷ்டம் நானும் சுமித்ராவும் தத்தெடுக்கும்படி விதி எழுதியிருந்ததால், அதை யாரால் தடுக்க முடியும்' என்றார். சற்று புரியும்படி சொல்லுங்கள் டாக்டர் என்றான் சூரஜ். ஷீலாவுக்குத் தெரிந்த அளவு அவனுக்கு விஷயம் தெரிய வாய்ப்பில்லை, பொது இடத்தில் அதிக நேரம் உட்கார்ந்து பேசிக்கொண்டிருப்பது நாகரீகமல்ல, நீங்கள் இருவரும்

மாலை நம் வீட்டிற்கு வர வேண்டும், அங்கு விவரமாக எல்லாவற்றையும் சொல்கிறேன். சுமித்ராவும் உங்களைப் பார்த்து சந்தோஷப்படுவாள், இது என் விசிட்டிங்கார்டு, டெலிஃபோன் நம்பரும், வீட்டு விலாசமும் இதில் இருக்கிறது என்று சொல்லிவிட்டு அதை அவர்களிடம் கொடுத்து விட்டு மீனாவுடன் சென்றார். மாலை எப்போது வரும், எப்போது அவர்களை, முக்கியமாக சுமித்ராவை, பார்க்கப்போகிறோம் என்ற ஆவல், சொன்ன நேரத்துக்கு சில நிமிடங்கள் முன்னதாகவே இருவரும் அந்த விலாசத்தை அடைந்தனர். அழகான மூன்று அறைகளும், ஒரு பெரிய ஹாலும் கொண்ட ஃபிளாட், நேர்த்தியான உள்ளமைப்பு, கண்களைப் பறிக்கும் நிறத்தில் பூக்கள் இரண்டு, மூன்று இடங்களில் நேர்த்தியாக அலங்கரிக்கப்பட்டு மலர்க்குவளைகளில் நறுமணம் கமழ்ந்து கொண்டிருந்தது. பூஜையறையிலிருந்து வந்த சந்தன ஊதுவத்தியின் மணம், கூடுதல் மணத்தைப் பரப்பிக்கொண்டிருந்தது. சுத்தமான தரை. அனைவரும் உட்காரும்படி இரண்டு சோபாக்கள், நடுவிலிருந்த டேபிளில் அன்றைய தினசரி, தூரத்தில் சுவரில் பதித்த டிவியை அதிகம் உபயோகப்படுத்தமாட்டார்கள் என்று தெரிந்தது. அருகில் பெரிய கண்ணாடி அலமாரியில் பல புத்தகங்கள் மற்றும் மீனா படிப்புக்கும் மற்ற கலைகளுக்கும் பள்ளியில் வாங்கிய கோப்பைகள், பதக்கங்கள் மொத்தத்தில் ஒரு தெய்வீகக்களை வீடு முழுவதிலும்.

பளிச்சென்ற உடையுடன் கம்பீரமாக நின்ற பெண்மணிதான் சுமித்ரா என்று அறிந்து கொள்ள

நேரமாகவில்லை. இருவரையும் கைகூப்பி வரவேற்ற சுமித்ரா, இவள் தான் பத்மாவதி, என் இணைபிரியா தோழி, சிறிய வயதிலிருந்தே என்னுடன் இருப்பவள், இவள் மீனா என் மகள், இப்போது தான் பள்ளிப்படிப்பை பஞ்சகனியில் முடித்து விட்டு 'நீட்' தேர்வில் நல்ல மதிப்பெண்கள் வாங்கி மருத்துவக் கல்லூரியில் சேர-விருக்கிறாள் என்று அறிமுகப்படுதினாள். நீட் தேர்வில் அதிக மதிப்பெண்கள் எடுத்து அரசாங்க கல்லூரிகளில் குறைந்த செலவில் சேர்ந்திருக்கலாமென்றாலும், டாக்டர் சுந்தரம் சொன்னதின்பேரில் மீனா 'டாக்டர் டி ஒய் பாடில்' கல்லூயில் சேர விருப்பப்பட்டதை சொன்னாள். இவளுடன் இன்னும் சில ஆண்டுகள் அதாவது அவள் திருமணம் செய்து கொண்டு போகும்வரையாவது தங்களுடன் இருக்க வேண்டும் என்ற எண்ணத்தில் டாக்டர் சுந்தரம் இந்த ஏற்பாட்டை செய்ததாகத் தெரிந்தது. டாக்டர் சுந்தரம் பஞ் சகனியிலிருக்கும் போதே அடிக்கடி பூனா கல்லூரிக்கு வந்து முதுநிலைக்கல்வி பயிலும் மாணவர்களுக்கு சிறப்பு வகுப்புகள்எடுத்தாகவும், தற்போதும் அது தொடர்கிறது என்றும் தெரிந்து கொண்டார்கள். பத்மாவதி அருகில் வந்து சமையல் முடிந்து விட்டது, நேரமும் போய்க் கொண்டிருக்கிறது, சாப்பிட வாருங்கள் என அழைத்தாள். மீனா புதியவர்களுடன் அதிகம் பேசவில்லை, குழப்பம் கலந்த வெட்கம்.

இரவு உணவு மிகவும் அருமையாக இருந்தது. தனக்குப் பிடித்த 'பைங்கன் பர்த்தா' என்ற கத்திரிக்காயில் செய்த கறியும், மைசூர் ரசமும், பால் பாயசமும் மேஜைக்கு வந்ததில்

டாக்டர் சுந்தரம் எவ்வளவு தூரம் தன் நினைவுகளையும், தனக்குப்பிடித்த உணவு வகைகளையும் மனதில் நிறுத்தி வைத்திருக்கிறார் என்று உணர்ந்த ஷீலாவின் கண்களில் கண்ணீர், உணவு மிகவும் காரமா ஷீலா, வெள்ளரிக்காய் பச்சடியை சாப்பிடு என்ற சுமித்ராவை பரிவுடன் நோக்கிய ஷீலா இத்தனை வருடங்களில் தன்னை இப்படி யாரும் உபசரித்ததில்லையே என்று நினைத்தாள். சாப்பாடு முடிந்ததும் 'சுமித்ரா, இரவு உணவுக்குப்பின் எடுத்துக்கொள்ளும் மாத்திரையை மறந்து விடாதே' என்ற டாக்டர் சுந்தரம் தானே டம்ளரில் தண்ணீர் கொண்டு வந்து அவளிடம் கொடுத்தார். அந்த வயது முதிர்ந்த ஜோடியின் அன்னியோன்யம் அவளை வியக்க வைத்தது. அப்பாவுக்கு சிறந்த மனைவி இவளாகத்தான் இருக்க வேண்டுமென்று உறுதியாக நினைத்தாள். இப்போது தான் சுமித்ராவை முழுமையாக கண் கொட்டாமல் பார்த்தாள், எழுபதுக்கு மேல் வயது என்று யாரும் சொல்ல முடியாது. சிலர் வயது ஏற ஏற இளமையாகிக் கொண்டு போவார்கள். 'ஹேமமாலினி இல்லையா' இது சூரஜ் மெதுவாக ஷீலாவின் காதுகளில், யாரும் அருகில் இல்லாதபோது! இரவு நேரமாகிவிட்டது, நாங்கள் ஹோட்டல் அறைக்குச் செல்கிறோம் என்று விடைபெற்ற போது பத்மாவதி நீங்கள் இருவரும் என் அறையில் தங்கிக் கொள்ளலாம். நான் மீனாவின் அறையில் அவளுடன் தங்கிக் கொள்வேன் என்றவளுக்கு பணிவுடன் மறுத்து விட்டு கிளம்பினார்கள். பத்மாவதி அவர்கள் வாழ்வில் பிரிக்க முடியாத அங்கமாகிவிட்டதையும் உணர்ந்தார்கள்.

வந்த விஷயத்தைப் பற்றி வாயைத் திறக்கவில்லை, டாக்டர் சுந்தரமும் கேட்கவில்லை, அப்படி கேட்பது அநாகரீகமாகப்பட்டது.

அவர்கள் சென்றதும், சுமித்ரா தன் அறைக்குச் சென்று ஓய்வெடுக்க யத்தனித்தாள். நான் இன்றைய தினசரியை படித்து விட்டு சற்று நேரத்தில் வருகிறேன் சுமி. நீ விளக்கை அணைத்து விட்டு தூங்கிவிடு என்று சொல்லிவிட்டு அன்றைய தினசரியில் மூழ்கி விட்டார். காலையில் கல்லூரிக்குச் செல்ல வேண்டியிருந்ததால் அப்போது படிக்கவில்லை, சற்று நேரத்தில் உறக்கம் வரவே அவரும் அறைக்குள் சென்று விட்டார். பத்மாவதி சாப்பாட்டுத் தட்டுக்களை கழுவி வைத்து, சமையலறையை சுத்தம் செய்து முடிக்கும்போது மீனா அங்கு வந்தாள். 'என்ன மீனா, நீ இன்னும் தூங்கவில்லை, அதிக நேரம் கண் விழித்தால் மறுநாள் காலையில் எழுந்திருப்பது கடினம் என்று எத்தனை முறை சொல்லியிருக்கிறேன்' என்று உரிமையுடன் கடிந்து கொண்டாள். கண்களில் நீர் தளும்பி, மீனா அழுது கொண்டே, பத்மாவதியை கட்டிக்கொண்டாள். விவரமறியாது பத்மாவதி என்ன சொல்லி விட்டேனென்று அதற்கு அழுகிறாய் என்று பதட்டத்துடன் அவளைக் கேட்டாள். தேம்பித்தேம்பி அழுது கொண்டே இடையில் கோர்வையில்லாமல் மீனா 'இப்போது அப்பாவின் உண்மை மகள் வந்து விட்டதால், என்னை என் வீட்டிற்கு அனுப்பி விடுவார்களா? எனக்கு பயமாக இருக்கிறது ஆண்ட்டி' என்ற குண்டை தூக்கிப்போட்டாள். சற்றே அதிர்ச்சியடைந்த, அறிவில்

முதிர்ச்சியடைந்த பத்மாவதி 'அட அசடே, இதற்கா பயப்படுகிறாய்? அவருக்கு எத்தனை பெண்கள் இருந்தாலும், இங்கு வந்தாலும் உன் மேலுள்ள உண்மையான பாசம் குறையாது. சுமித்ரா அம்மாவைப் பற்றி கேட்கவே வேண்டாம், நீயாகவே இங்கிருந்து போகிறேன் என்று சொன்னால்கூட போகவிடமாட்டார்கள். அவர்களது வாழ்வின் இறுதிப்பகுதியில் அவர்களுக்குக் கிடைத்த பொக்கிஷம் நீ என்பது எனக்கு நன்றாகத் தெரியும். இதுபோன்ற எண்ணங்கள் இனியும் மனதில் இருக்க விடாதே! மனமுடைந்து போவார்கள், டாக்டரைப் பற்றி சொல்லவே வேண்டாம், தயவுசெய்து இதைப்பற்றி அவர்களிடம் பேசி அவர்கள் மனதைப் புண்படுத்தாதே! அவர்களுடைய சொத்து முழுவதும் உன் பெயரில் எழுதப்பட்டு, அதற்கு கார்டியனாக என்னைத்தான் நியமித்திருக்கிறார்கள். அவர்கள் பெயரில் எந்த சொத்துக்களும் இல்லை, உனக்குத்தெரியுமா?' என்று ஒரு பிரசங்கமே செய்து விட்டாள். சற்று தெளிவடைந்த அந்த இளவயதுப் பெண் தன் எண்ணங்களையும் வீணாகக்கொண்ட பயத்தையும் நெருங்கிய தோழி போலிருந்த பத்மாவதியிடம் பகிர்ந்து கொண்டதில் நல்லது என்று நினைத்ததுடன் நிம்மதியாக உறங்கச்சென்றாள்.

அதே நேரத்தில் தான் எண்ணியதைப்பற்றி நினைப்பது கூட தவறு என்ற முடிவுடன் ஹோட்டலுக்குச் சென்ற ஷீலா, தான் தன்அப்பாவைப் பார்க்க வந்ததற்குக் காரணம், முக்கியமாக அவரை ஐதராபாத்திற்கு அழைத்துக்கொண்டு போவதற்கும், அம்மாவுடன்

சேர்த்து வாழ வைப்பதற்கும் என்றே நினைத்திருந்தாலும், திரும்பும் வழியில் தன் எண்ணத்தை மொத்தமாக மாற்றிக்கொண்டாள். தேன்கூடு போன்ற இந்த அழகிய குடும்பத்தை கல்லெறிந்து கலைக்க விரும்பவில்லை. தன் அம்மாவின் மீதுள்ள பாசத்தினால் பரிதாபப்பட்டாலும் தன்னால் அதற்கு பிராயச்சித்தம் செய்யமுடியாதென்ற நிதர்சனமான உண்மையை அறிந்து கொண்டாள்.

ஐதராபாத் சென்றதும் முதல் வேலையாக செய்ய வேண்டியது, அவள் அம்மா ஏற்கனவே தன்பெயரில் எழுதியிருந்த சொத்துக்கள் அனைத்தையும் மீனாவின் பெயருக்கு மாற்றி எழுத வேண்டுமென்பதே! அதுவே தன் அப்பாவுக்கு தான் செய்ய வேண்டிய தலையாய கடமை. அம்மாவின்காலத்துக்குப்பிறகு அது நேரடியாக மீனாவைச் சேர வேண்டுமென்று ஷீலா சொற்படி எழுதிய உயிலைத் தயாரித்தது யாரென்றது தெரிந்தால் ஆச்சர்யப்படலாம். சுமித்ராவின் சொத்துக்களை மீனாவின் பேரில் வங்கிக்கணக்கில் இடுவதற்கு உதவி செய்தஅதே வக்கீல்தான். 'எங்களுக்கு அமெரிக்காவில் அதிக வேலையிருக்கிறது அம்மா, நாங்கள் நாளையே புறப்படுகிறோம்' என்று சொன்ன ஷீலாவை வியப்புடன் பார்த்தாள் அனுபமா! பூஜையறையிலிருந்த மதுரை மீனாட்சியின் முகத்தில் மந்தகாசப்புன்னகை! தனது திருவிளையாடல்கள் இன்னும் முடியவில்லை என்று சொல்வதுபோல இருந்தது அந்த புன்னகை.

மூவரின் சங்கமம்

அதற்குள் ஐந்து வருடங்கள் ஓடிவிட்டதா? மீனா இப்போது இளங்கலைப்பட்டதாரி. பூனாவின் முதன்மை கல்லூரியில் இன்று தான் சேர்ந்தது போல இருந்தது. இன்னும் ஒரு வாரத்தில் பல்கலைக்கழகத்தில் முதல் மாணவியாக மேடை மீது ஏறி தங்கப்பதக்கத்தை பெற்றுக்கொள்ள வேண்டும். வளர்ப்புப் பெற்றோர்களான டாக்டர் சுந்தரம், சுமித்ரா தம்பதி கடந்த நான்கு நாட்களாகவே இந்த நிகழ்ச்சியை எதிர்பார்த்துக் கொண்டிருந்தனர். டாக்டர் சுந்தரம் இப்போதெல்லாம் கல்லூரிகளுக்குச் சென்று வகுப்புகள் எடுப்பதை குறைத்துக்கொண்டார். வாரத்தில் மூன்று நாட்களில் கல்லூரிகளுக்குச் சென்று வருகிறார். சுமித்ரா அவரை கண்டிப்பாக கார் ஓட்டக்கூடாதென்று தடுத்திருக்கிறாள். டிரைவர் வந்து அவரை அழைத்துக்கொண்டு போய் வகுப்புகள் முடியும்வரை காத்திருந்து திரும்ப வீட்டிற்கு கொண்டு வந்து விட்டுப் போவது வழக்கமாகியது. அவர் திரும்பி வீட்டிற்கு வரும்வரை சுமித்ரா வாயிற் கதவை திறந்து வைத்துக்கொண்டு சாப்பிடாமல் உட்கார்ந்து கொண்டிருப்பாள். “என்ன சுமி, உனக்கு எத்தனை தடவை

சொல்வது, நான் வரும்வரை காத்திருக்காதே, நீ சாப்பிட்டு விட்டு சற்று நேரம் ஓய்வெடுத்துக் கொண்டிருக்கலாமே'' என்றால் அவள் கேட்டால் தானே! அவர்களுடனேயே பல வருடங்களாக தங்கியிருக்கும் பத்மாவதி 'நான் எவ்வளவு சொல்லியும் கேட்க மாட்டேன் என்கிறார்கள். அதனால் நானும் பட்டினி' என்று சிரித்துக் கொண்டே சொன்ன போது அவரால் பதில் சொல்ல முடியவில்லை. நல்லவேளை, மீனா கல்லூரியிலிருந்து மாலை திரும்பி வரும் வரை காத்திருக்கிறேன் என்று சொல்லவில்லையே என்றுதான் நினைக்க முடிந்தது. சுமித்ராவுக்கு வயதாகிக்கொண்டே போனாலும் அழகும் பொலிவும் குறையவேயில்லை என வியந்து கொண்டிருந்த டாக்டர் சுந்தரம், அவளை மெதுவாக பிடித்துக்கொண்டு உணவு மேஜைக்கு அழைத்துக் கொண்டு சென்றார். குறும்படங்களிலும் விளம்பரப்படங்களிலும் நடிக்கும் காலத்தில் நீண்ட நேரம் நிற்கும்படி வந்ததால் கால்கள் சற்று ஓய்ந்து தான் போய்விட்டன. ஆனால் காட்டிக்கொள்ளாமல் வலியை பொறுத்துக்கொண்டு அழகாக நடப்பாள். முட்டிவலி தான் சற்று சிரமத்தைக் கொடுத்துக் கொண்டிருந்தது.

மீனாவுக்கு சற்று இன்ப அதிர்ச்சியை கொடுக்க எண்ணிய டாக்டர் சுந்தரம் அவளது பட்டமளிப்பு விழாவுக்கு அவளது பெற்றோர்கள் நீலகண்டன் காமாட்சி தம்பதிக்கு விஷயத்தைத் தெரிவித்து பூனாவுக்கு வரும்படி ஏற்பாடு செய்தார். பத்து நாட்களுக்கு முன்பே விமான டிக்கெட்டுகள் அனுப்பியாகிவிட்டது. நீலகண்டன் முதலில் வெட்கப்பட்டுக் கொண்டு கூச்சத்துடன்

மறுத்துப்பார்த்தான். ஆனால் அவர் விடுவதாக இல்லை, பல வருடங்களுக்குப் பின் தன்மகளைப் பார்க்கப் போகிறோம் என்ற ஆர்வம் ஒருபக்கம் இருந்தாலும், கூச்ச சுபாவமுள்ள நீலகண்டன் இவ்வளவு பெரிய உதவியை பெற்றுக் கொள்ள தயங்கினான். காமாட்சிக்கு மனதிற்குள் மிகுந்த ஆசை, ஆனால் வெளிக்காட்டிக் கொள்ள-மாட்டாள். எங்கே தான் அதிக பாசத்தை வெளிப்-படுத்தினால் மீனா தாங்காமல் தங்களுடன் மதுரைக்கே வந்து விடுகிறேன் என்று சொல்லி விடுவாளோ என்ற பயம். ஒரு வழியாக டாக்டர் சுந்தரம் அவர்களை டெலிபோனில் சம்மதிக்க வைத்து, நான்கு நாட்களாவது பூனாவுக்கு வந்து பட்டமளிப்பு விழாவை பார்த்து விட்டு போகும்படி சொல்லியிருந்தார். இந்த விஷயத்தை சுமித்ராவிடம் சொன்னபோது அவளுக்கு மகிழ்ச்சி தாங்கவில்லை. எங்கே ஒரு உத்வேகத்தில் மீனாவிடம் சொல்லிவிடப் போகிறாளோ என்ற சின்ன பயம். மீனாவுக்கும் சுமித்ராவுக்கும் இடையே உள்ள பந்தமே அலாதியானது. அதிக வயது வித்தியாசம், ஆனால் தத்தெடுத்த அன்னை மகள் என்பதை விட நல்ல தோழிகள் போலவே பழகினார்கள். செல்லமாக மீனாவைத் திட்டுவதும், அவள் வேளைக்கு சாப்பிடவில்லையென்றால் கவலைப்படுவதும், குறித்த நேரத்தில் கல்லூரியிலிருந்து வீட்டிற்கு வரவில்லையென்றால் நிலைகொள்ளாமல் தவிப்பதும், நாட்கள் நகர்ந்து கொண்டிருக்கும். மீனாவும் சமயம் கிடைக்கும் போதெல்லாம் சுமித்ராவை கிண்டல் செய்யத் தவறுவதில்லை. 'நீ இன்னும் திரைப்பட நடிகை

போலவே நடந்து கொள்கிறாய் அம்மா' இப்போது எதற்கு காம்ப்பேக்ட் முகப்பவுடர்? இரண்டு மாதங்களுக்கு ஒருமுறை புருவத்தை திருத்திக் கொள்ள வேண்டுமா என்று செல்லமாக கோபிக்கும்போது பத்மாவதி தான் சுமித்ராவுக்கு சாதகமாகப் பேசுவாள். 'பல வருடங்கள் ஆர்க் விளக்குகளுக்கு முன்னும், கேமராக்களுக்கு முன்னும் நின்று பழகிவிட்டதால் இவைகள் இல்லாமல் இருக்க முடியாது மீனா, சுமித்ராஅம்மாவை இப்படித்தான் கலாய்ப்பதா' என்று அதட்டுவாள். மீனா கேட்டால் தானே! ஆனால் சுமித்ராவுக்கு உடம்புக்கு ஏதாவது என்றால், இப்போதெல்லாம் சுந்தரத்தை விட மீனா தான் பதறிப்போகிறாள். இது எப்படிப்பட்ட பாசப்பிணைப்பு என்று புரிந்து கொள்வது சிரமமாகவே இருக்கும். டாக்டர் பட்டம் பெற்றிருப்பதால் மீனா சுமித்ராவை தன் நேரடிப் பார்வையில் கவனித்துக் கொள்வாள். மாத்திரைகளை தவறாமல் எடுத்துக் கொள்கிறாளா என்று அடிக்கடி சோதனைகள் நடக்கும். ஏதாவது மருந்து மாத்திரைகள் குறைந்து கொண்டு வந்தால், தானே மாலையில் வாங்கிக் கொண்டு வருவாள். இதெல்லாம் நீ செய்ய வேண்டுமா மீனா, நான் பார்த்துக் கொள்ள மாட்டேனா என்று பத்மாவதி சொல்வாள்.

'என்னங்க, நீங்க நீலகண்டனையும், காமாட்சியையும் பூனாவுக்கு வரச்சொல்லியிருப்பது நல்ல விஷயம்தான், ஆனால் நமக்கு மீனாவை தத்து எடுக்கும்படி தூண்டிய மார்ட்டின் சாரா தம்பதியும் வந்து அந்த நிகழ்ச்சியைப் பார்த்தால் எவ்வளவு நன்றாக இருக்கும்' என்றாள்

சுமித்ரா. அவளை ஆச்சர்யமாகப் பார்த்த டாக்டர் சுந்தரம் தனக்கு அந்த எண்ணம் தோன்றாதது குறித்து சற்று சங்கடப்பட்டார். இந்த விஷயம் சாராவுக்குத் தெரிந்தால் எவ்வளவு மகிழ்ச்சியடைவாள்? பாரிஸிலிருந்து இவ்வளவு குறுகிய நேரத்தில் விசா ஏற்பாடுகள் செய்து கொண்டு வருவதென்பது சற்று கடினம் தான். இருந்தாலும் முயற்சி செய்துதான் பார்க்கலாமே என்று தோன்றியது. விளைவு மார்ட்டினுக்கு ஒரு சர்வதேச அழைப்பு அவனது செல்போனில், 'அப்படியா, ஆச்சர்யமாக இருக்கிறது! மீனா புத்திசாலியான பெண் என்று நன்றாகத் தெரியும். பல்கலைக்கழகத்தில் முதல் மாணவி என்பதை சாரா கேள்விப்பட்டால் தான் மட்டுமாவது பட்டமளிப்பு விழாவுக்கு போய் வருகிறேன் என்று கேட்பாள்' என்றான். பிறகென்ன மறுநாள் காலை 'சார்ள்ஸ் டிகொயில்' விமான நிலையத்திலிருந்து புறப்பட்ட விமானத்தில் சாரா மற்றும் மார்ட்டின் முதல் வகுப்பு பயணிகளாக பயணப்பட்டனர். நீண்ட காலத்துக்குப்பின் பிறந்த மகன் தற்போது பாரிசில் ஒரு கல்லூரியில் படித்துக்கொண்டிருந்ததால் அவன் இவர்களுடன் வரஇயலவில்லை. மும்பையிலிருந்து பூனா எத்தனை தூரம், மும்பையில் மாற்று விமானத்துக்கு எவ்வளவு நேரம் காத்திருக்க வேண்டும், பூனா விமான நிலையத்துக்கு டாக்டர் சுந்தரத்துடன் மீனாவருவாளா, எவ்வளவு வளர்ந்திருப்பாள், நம்முடன் எந்த மொழியில் பேசுவாள் என்று மூச்சு விடாமல் கேட்டுக்கொண்டே வந்தாள். எத்தனை வயதானால் என்ன, இந்த பாசமுள்ள பெண்களுக்குத் தன்னுடைய அன்பை சிறுகுழந்தை

போல வெளிப்படுத்தும் குணம் மட்டும் போவதேயில்லை என்று நினைத்துக் கொண்டான் மார்ட்டின்.

மார்ட்டினும் சாராவும் இப்போது ‘கிறிஸ்டின் டியர்’ வாசனை திரவிய கம்பெனியின் முக்கிய பங்குதாரர்கள். அடிக்கடி நியூயார்க், லண்டன், சிட்னி, சிங்கப்பூர், துபாய் என்று பல ஊர்களுக்கு விற்பனை விஷயமாக சென்று கொண்டிருப்பதால் அவர்களுடைய பாஸ்போர்ட்களில் பல நாடுகளின் விசா பல ஆண்டுகளுக்கு வழங்கப்பட்டிருந்தது. இந்தியாவுக்கு வருவது குறைவு. பழைய நினைவுகள் வலியைக் கொடுக்கும் என்ற முக்கிய காரணம், ஆனாலும் மீனாவை மதுரையிலிருந்து தத்து எடுத்துக் கொள்ள முடியாவிட்டாலும், அவளுக்கு ஒரு நல்ல வாழ்வை கொடுப்பதற்கு தாங்களும் எதேச்சையாக காரணமாக இருந்ததில் சற்று சமாதானம். சாரா தங்களின் முதல் பஞ்சகனி பயணத்தையும், தான் திடீரென்று உடல்நலக்குறைவால் டாக்டர் சுந்தரத்தின் மருத்துவ விடுதியில் இரண்டு நாட்கள் தங்க வேண்டியிருந்ததையும் நினைவு கூர்ந்தாள். சுமித்ரா சுந்தரத்தின் பாசப்பிணைப்பைக் கண்டு அவர்கள் பல வருடங்களாக தம்பதி என்று நினைத்தவர்களுக்கு அவர்கள் இருவரும் ஒரு சில வாரங்களுக்கு முன்தான் விளம்பரக் குறும்படத்தில் நடிக்கும் போது பரிச்சயப்பட்டவர்கள் என்று கேள்விப்பட்டதும் நம்பவே முடியவில்லை. இப்படியும் ஒரு ஆதர்ச தம்பதியா என்று.

டாக்டர் சுந்தரம் சுமித்ராவிடமும் பத்மாவதியிடமும் இவர்களின் வருகையைப் பற்றியும் சொல்லிவிட்டு

அனைவருக்கும் உணவு ஏற்பாடு செய்யும்படி வேண்டிக் கொண்டார். மார்ட்டின் சாரா தம்பதியை அருகிலிருந்து ஒரு ஹோட்டலில் தங்குவதற்கு ஏற்பாடு செய்திருப்பதாகச் சொன்னபோது சாரா, உங்களுக்கு ஆட்சேபணையில்லை என்றால் நாங்கள் உங்கள் வீட்டிலேயே தங்கிக் கொள்ளலாமா, மீனாவுடன் இருக்கும் நேரம் சற்று கூடுதலாகும் என்னும்போது அவர் நீலகண்டன் மற்றும் காமாட்சியின் வருகையைப் பற்றியும் எடுத்துச் சொன்னார். மீனாவிடம் இன்னும் விஷயத்தைச் சொல்லவில்லை என்றும், பட்டமளிப்பு விழாவில் நால்வரையும் திடீரென்று பார்க்கும்போது எப்படி சந்தோஷப்படுகிறாள் என்பதைப் பார்க்கலாம் என்றும் சொல்லவே, அவர்கள் ஹோட்டலில் தங்க சம்மதித்தனர். ஹோட்டலில்அடுத்த அறையிலேயே நீலகண்டன் தம்பதி தங்க ஏற்பாடாகியது.

டாக்டர் சுந்தரம் மட்டும் டிரைவருடன் விமான நிலையத்துக்கு வந்து அவர்களை அழைத்துக் கொண்டு சென்றார். நான்கு மணி நேரத்துக்கு முன்தான் இண்டிகோவில் நீலகண்டன் தம்பதி பூனாவுக்கு வந்திறங்கினார்கள். அவர்களை ஏற்கனவே ஹோட்டல் அறையில் தங்க வைத்திருந்தார். வீட்டிற்குச் சென்றதும் சுமித்ரா கேட்ட முதல் கேள்வி, ‘அவர்களை சௌகரியமாக ஹோட்டலில் தங்க ஏற்பாடு செய்து விட்டீர்களா’ என்பதே. நால்வரும் டிரைவருடன் மறுநாள் காலை பல்கலைக்கழக பட்டமளிப்பு விழாவுக்கு செல்வதாகவும், அவர்கள் நால்வரும் ஹோட்டலிலிருந்து நேரே விழா மண்டபத்துக்குச் செல்வதாகவும் ஏற்பாடு. அவர்கள் சற்று

முன்னதாகவே சென்று பார்வையாளர்கள் இருக்கைகளில் அமர்ந்து கொண்டனர். இவர்கள் மெடல் பெரும் மாணவியின் பெற்றோர்கள் என்பதால் டாக்டர் சுந்தரமும், சுமித்ராவும் முதல் வரிசையில் உட்கார வைக்கப்பட்டனர். சுமித்ராவின் கண்களில் பெருமிதம். ஆனந்தக் கண்ணீரை அடக்க முயற்சி செய்து கொண்டிருந்தாள். தேர்ந்த நடிகையாயிற்றே! தேக்கி வைத்த நீரை கன்னங்களில் வழிய விடாமல் லாவகமாக கைக்குட்டையில் துடைத்துக் கொள்ளும் திறமை. லேசாக போட்டுக் கொண்டிருந்த ஒப்பனையும் கலையக்கூடாதல்லவா! வெண்ணிறத்தில் ஊதாப்பூக்கள் வாரி இறைத்தாற் போன்ற டிசைனில் புடவை. அதற்கேற்றாற் போல மற்ற உடுப்புகளும் அணிகலன்களும், கண்டிப்பாக வயதை நிர்ணயிக்க முடியாது. சந்தோஷப்பூரிப்பில் கன்னங்கள் சற்று பூசினாற் போல இருந்து மேலும் சற்று இளமையாகத் தோன்றினாள். டாக்டர் சுந்தரம் கருநீலக்கலரில் கோட்டும், சாம்பல் நிறத்தில் பேண்ட்டும் அணிந்திருந்தார். டை கட்டிக்கொள்ள இவரிடம் தான் கற்றுக்கொள்ள வேண்டும் என்பது போன்ற நேர்த்தி, சீராக வெட்டப்பட்ட தலைமுடி, முன் வழுக்கையை மறைக்க முயற்சி செய்யவில்லை. மழுமழுவென்று ஷேவ் செய்யப்பட்ட கன்னங்கள், சமீப காலத்தில் மாற்றப்பட்ட ஃபிரேமில் ரிம் இல்லாத மூக்குக் கண்ணாடி. மீனாவின் வற்புறுத்தலில் வாங்கியது. ‘அப்பா மிகவும் கடினமான ஃபிரேம் போட்ட மூக்குக் கண்ணாடியை அணிந்தால் நீங்கள வயதானவர் போல தோன்றுகிறீர்கள், முதலில் அதை மாற்ற வேண்டும்’ என்று

சொல்லி அவரை நகரின் சிறந்த கண்ணாடி கடைக்கு அழைத்துச்சென்று வாங்கியது. வழக்கத்துக்கு மாறாக பத்மாவதியும் பளிச்சென்ற உடுப்புகளுடன் வந்திருந்தாள்.

சிறப்பு விருந்தினர்களாக வந்திருந்த கவர்னர் மற்றும் உயர்கல்வி அதிகாரி இருவரையும் முதலில் மேடைக்கு அழைத்தனர். உடனே டாக்டர் சுந்தரத்தின் பெயரும் அழைக்கப்பட்டது. அறிவிப்பைத் தொடர்ந்த அந்த பெண்-மணி, 'இப்போது டாக்டர் சுந்தரம் அவர்களையும் மேடைக்கு சிறப்பு விருந்தினராக அழைப்பதில் பெருமைப்படுகிறோம். நகரத்தின் சிறந்த டாக்டர் என்பது மட்டுமல்லாமல், பல்கலைக்கழகத்தில் பல வருடங்களாக பாடங்கள் நடத்தி, பல சிறந்த டாக்டர்களை உருவாக்கிக் கொண்டிருப்பவர் என்பதையும் சொல்ல விழைகிறேன், அன்னாரின் மகள் குமாரி மீனா அவர்கள் பல்கலைக்கழகத்தில் முதல் மாணவியாக வந்து தங்கப்பதக்கத்தைப் பெறுகிறார் என்பதில் வியப்பில்லை' என்றாள். சிறப்பு விருந்தினர்கள் மூவரும், கல்லூரித் தலைவரும் பட்டமளிப்பு விழாவின் உடையிலிருந்த மீனாவுக்கு டாக்டர் பட்டத்தைக் கொடுத்து, தங்கப்பதக்கத்தையும் டாக்டர் சுந்தரத்திடமே தந்து அணிவிக்க வைத்தனர். டாக்டர் சுந்தரத்துக்கு மட்டுமல்ல, மீனாவுக்கும் அந்த கணத்தில் கால்கள் சற்று நடுங்கத்தான் செய்தன. பார்வையாளர்கள் மத்தியில் உட்கார்ந்து கொண்டிருந்த மார்ட்டின் மற்றும் நீலகண்டன் தம்பதிகளைப் பற்றி சொல்லத் தேவையில்லை. ஐந்து வயதில் மதுரை மீனாட்சியம்மன் கோவில் வாசலில் பூ விற்றுக் கொண்டிருந்த மீனா தன் கண்முன் தெரிய,

காமாட்சிக்கு மயக்கமே வந்து விடும் போலத் தோன்றியது. நீலகண்டன் சமாளித்துக் கொண்டான். ஐரோப்பியர்களான சாராவும் மார்ட்டினும் அவ்வளவு எளிதாக உணர்ச்சிகளை வெளிப்படுத்துபவர்கள் அல்ல, அவர்கள் வாழ்க்கை முறை அப்படி. பட்டமளிப்பு விழா முடிந்ததும் டாக்டர் சுந்தரம் மீனாவிடம் 'நான் உனக்கு இப்போது ஒரு இன்ப அதிர்ச்சியைக் கொடுக்கப் போகிறேன், தயாரா' என்று கேட்டு விட்டு அவளையும் சுமித்ராவையும் பார்வையாளர்கள் இருக்கும் பகுதிக்கு அழைத்துக் கொண்டு வந்தார். தூரத்தில் இருந்து வரும்போதே மீனாவுக்கு ஒரு உணர்ச்சி கொந்தளிப்பு. காமாட்சியை அடையாளம் கண்டு கொள்ள இரண்டு நொடிகளுக்கு மேல் ஆகவில்லை. ஓடிவந்து காமாட்சியை கட்டிக் கொண்டாள். காமாட்சிக்கு சில நொடிகள் என்ன செய்வதென்றே புரியவில்லை. தானும் தன் உணர்வுகளை வெளிப்படையாக காட்டினால் தத்தெடுக்க முயன்ற சாராவும், தத்தெடுத்த சுமித்ராவும் குற்ற உணர்வில் கவலைப்படுவார்களோ என்ற அச்சம். அதிகம் படிப்பறி-வில்லாவிட்டாலும் காமாட்சி மிகவும் புத்திசாலி. மீனாவை லேசாக அணைத்துக்கொண்டு மற்ற இரு பெண்மணிகளிடமும் ஆசீர்வாதம் வாங்கிக்கொள்ளுமாறு செய்கை காட்டினாள். சாரா லேசாக கன்னத்தில் முத்தம் பதித்தும், சுமித்ரா இரண்டு கைகளையும் இருகப்பற்றிக்-கொண்டும் தத்தம் அன்பைப் பொழிந்தனர். அறிமுகப்-படலங்கள் ஒருவாறு முடிந்தது, இரண்டு கார்களும் அவர்கள் வீட்டை நோக்கிப் பறந்தன. காலையில்

செய்து வைத்திருந்த உணவை பத்மாவதியும் மீனாவும் அனைவருக்கும் பரிமாறிவிட்டு தாங்களும் சாப்பிட உட்கார்ந்து கொண்டார்கள். பேச்சு பொதுவாகத் தொடங்கி, மீனாவின் மேல்படிப்பைப் பற்றியும், மேலே என்ன செய்ய உத்தேசித்திருக்கிறாள் என்பதைப் பற்றியும் நகர்ந்தது. தங்களுடன் மதுரை வந்து ஒரு சிறிய கிளினிக் தொடங்கட்டும் என்று சொல்லாம் என்ற நினைப்பு நீலகண்டனுக்கு. ஆனால் சொல்லத் தயக்கம், அங்கேயே தங்கியிருந்து மூன்று வருடங்கள்மேல்படிப்பும் பூனாவிலேயே படிக்க வேண்டும் என்பது சுமித்ராவின் விருப்பம் ஆனால் சொல்லவில்லை, மீனா என்ன யோசித்திருக்கிறாள் என்பதைத் தெரிந்து கொண்டு தன் அபிப்ராயத்தை பின்னால் சொல்லலாம் என்று எண்ணினாள். சாராவும், மார்ட்டினும் மீனாவுடன் சரளமாக ஃபிரென்ச்சில் உரையாடினார்கள். சிறு வயது முதலே பஞ்சகனியில், ஆங்கிலம் மட்டுமல்லாமல் ஹிந்தி மற்றும் ஃபிரென்ச் மொழிகளை சரளமாக பேசவும், எழுதப்படிக்கவும் கற்றுக்கொண்டவள் மீனா. மொத்தமாக சம்பாஷனை புரியவில்லையென்றாலும், டாக்டர் சுந்தரம் மீனாவின் உள்ளெண்ணத்தைப் புரிந்து கொண்டார். அவள் பாரிஸ் சென்று எஃப்ஆர்சிஎஸ் என்ற இரண்டு வருட மேல்படிப்பை படிக்க விரும்புவது தெரிந்தது. சிறந்த டாக்டரான அவர் மீனாவை பாரிஸூக்கு அனுப்பி ஒரு இரண்டு வருடங்கள் மேற்படிப்பைத் தொடர்வதே சிறப்பான முடிவாக இருக்கும் என்று முடிவாகச் சொன்னார். மார்ட்டின், சாரா இருவரும் அங்கு இருப்பது கூடுதல் நலம்,

அவர்கள் வீட்டிலேயே தங்கிக்கொள்ளலாம். இரண்டு வருடங்கள் வேகமாக ஓடிவிடும் என்றார். சுமித்ராவுக்குத் தான் சற்று வேதனை அதிகமாகத் தெரிந்தது. இரண்டு வருடங்கள் பிரிந்திருக்க வேண்டுமா என்று அதிர்ச்சி, இதற்கே இவ்வளவு வேதனைப்படுகிறாயே, பைத்தியமே இன்னும் சில வருடங்களில் திருமணம் செய்து கொண்டு போகும் போது என்ன செய்வதாக உத்தேசம், இப்போதி-லிருந்தே உன்னை தேற்றிக் கொள் என்று பதிலளித்தார்.

அதன்படி மீனா இரண்டு வருடங்கள் பாரிஸ் சென்று மேல் படிப்பைத் தொடர்வதென்று முடிவானது. மார்ட்டினும், சாராவும் மறுநாள் பாரிஸுக்குத் திரும்பி மீனா அங்கு வருவதற்கான ஏற்பாடுகளை செய்வதாகச் சொல்லிவிட்டுச் சென்றனர். காமாட்சியும், நீலகண்டனும் உடனே புறப்படுவதாகச் சொன்னதும், சுமித்ரா இரண்டு நாட்கள் தங்கி மீனாவுடன் நேரத்தைச் செலவழிக்கும்படி கேட்டுக் கொண்டாள். தட்ட முடியாமல் இருவரும் இரண்டு நாட்கள் கூடுதலாகத் தங்க வேண்டியதாயிற்று. மீனா அவர்களை ஒரு தமிழ் சினிமா ஓடிக்கொண்டிருந்த கொட்டகைக்கு அழைத்துச்சென்றாள். காமாட்சியின் மனநிலையைப் புரிந்து கொண்ட மீனா அவளை கூடுதல் கேள்விகள் கேட்டு சங்கடத்துக்குள்ளாக்க விரும்பவில்லை. டாக்டர் பட்டம் பெற்ற மீனாவுக்குத் தன் பெற்றோர்கள் தத்து கொடுக்க முன்வந்ததற்குக் காரணம், அவர்களின் ஏழ்மை நிலைமையும், மகள் தங்களைப்போலில்லாமல் நல்ல வசதியுள்ள பெற்றோர்களிடம் வளர்ந்தால் அவளது எதிர்காலம் நன்றாக அமையும் என்ற நல்லெண்ணமே

காரணம் என்றும் புரிந்து கொண்டாள். நடு நடுவே சாரா மார்ட்டின் தம்பதியின் துரதிஷ்டமும், ஆண்டவனின் கிருபையால் இரண்டு வருடங்களாவது அவர்களுடன் தங்கும் வாய்ப்பு கிட்டியதைப் பற்றியும் நினைத்துக் கொண்டாள். இரண்டு நாட்கள் இரண்டு நொடிகள் போலச்சென்றன. காமாட்சி அவளிடம் பிரியாவிடை பெற்றுக்கொண்டாள்.

பாரிஸ் ஒரு ரொமாண்டிக் நகரம், காதல் வயப்பட்ட-வர்களுக்கு மட்டுமல்ல, தனியாகச் செல்பவர்களையும் காதல்வயப்பட வைக்கும். மற்ற ஐரோப்பிய நாடுகளில் உள்ள பெரிய நகரங்களை விட மக்கள் தொகை அதிகம். வருடம் முழுவதும் ஒரு சிலுசிலுப்பு, குளிர்ந்த தென்றல் வீசிக்கொண்டேயிருக்கும். பூத்துக்குலுங்கும் மலர்களின் மணமும், ரைன்நதியின் சுத்தமான நீரும், சலசலப்பும், அமைதியாக பேசிக்கொண்டே நடக்கும் மனிதர்களும், ஆரவாரமில்லாத சூழ்நிலையும் அங்கு வருபவர்களை கட்டிப்போட்டு விடும். திரும்பச் செல்லவே மனம் வராது. மருத்துவத்துறையில் சிறந்து விளங்கிய பல்கலைக்-கழகங்களும் பல நாடுகளிலிருந்து வந்து படிக்கும் மாணவ மாணவிகளும் பல கலாச்சாரங்களும் வியப்பை அளிக்கும். ஃபிரான்ஸ் போய் வந்தவர்களிடம் கேட்டுப்பாருங்கள். ஈஃபிள் டவர் மட்டுமே ஃபிரான்ஸ் இல்லை, கூடுதலாக பல சமாச்சாரங்களும் அந்த நாட்டின் பெருமையையும் பொருளாதாரத்தையும் உயர்த்திக்கொண்டு தான் வருகின்றன. ஐரோப்பாவிலுள்ள பல புராதன நகரங்களில் ஒன்று பாரிஸ். அருங்காட்சியகங்களை வாரக்கணக்கில்

பார்த்துக் கொண்டிருக்கலாம். அந்த வாரஇறுதியில் மார்ட்டினும், சாராவும் மீனாவை அழைத்துக் கொண்டு நகரத்தைச் சுற்றிக் காட்டினார்கள். அந்த வருடத்திய மாடல்கார் கப்பல் போல நீளமாக இருந்தது. மீனா சாராவுடன் பின் இருக்கையில் அமர்ந்ததும் அது மெத்தை போல அவளை உள்ளே வாங்கிக்கொண்டது. மார்ட்டின் டிரைவருடன் ஃபிரென்ச்சில் பேசி சில முக்கிய சுற்றுலாத்தலங்களுக்கு அழைத்துக் கொண்டு போகச் சொன்னான். பார்க்க பார்க்க அலுக்காத காட்சிகள்.

‘பார்க்க வேண்டியதையெல்லாம் இப்போதே பார்த்துக்-கொள் மீனா, கல்லூரி திறந்ததும், ஓய்வே கிடைக்காது. ஞாயிறு விடுமுறை என்றெல்லாம் கிடையாது. எப்பொழுதும் நோயாளிகளைப் பார்த்து வியாதிகளைக் கண்டுபிடிக்கவும், மருந்துகள் பரிந்துரை செய்யவுமே நேரம் போதாது. வகுப்பறையில் உட்கார்ந்து பாடங்களைக் கேட்பது மிகவும் குறைவு. இரண்டு வருடங்களும் மிகவும் முயற்சி எடுத்து படித்து பட்டம் வாங்க வேண்டும். நிவாரணங்களுக்கு மருந்துகள் பரிந்துரை செய்வது மட்டுமல்லாமல், நோய்கள் வராமல் தடுப்பதற்கும் ஆராய்ச்சிகள் செய்ய வேண்டும். நோயைக் குணப்படுத்த கொடுக்கப்படும் மருந்துகளின் பக்க விளைவுகளையும் ஆராய வேண்டும். மருத்துவத்துறை மொத்தத்தில் ஒரு சில புத்தகங்களில் படிப்பது மட்டும் அல்ல. படிப்படியாக முன்னேறிக் கொண்டே இருக்கும் துறைகளில் தலையாய-துறை’ என்று ஒரு லெக்சரே கொடுத்துவிட்டாள் சாரா.

ஃபிரான்ஸ்காரர்கள் ஒரு சாப்பாட்டுப் பிரியர்கள். அதுவும் சாராவும் மார்ட்டினும் ஓய்வு நேரங்களில் பலவித உணவு வகைகளை தயாரிப்பதிலும், நண்பர்களுக்குக் கொடுப்பதிலும் கைதேர்ந்தவர்கள். வாரஇறுதி நாட்களில் சகஜமாக பார்ட்டிகள் நடப்பதுண்டு. அப்படி ஒரு பார்ட்டியில் கெவின் என்பவன் மீனாவை முதல் முறையாகப் பார்த்தான். கெவின் சாராவின் தூரத்து உறவினன். தம்பியின் மகன் முறை, அவள் அழைப்பின் பேரில் சமயம் கிடைக்கும் போது இது போன்ற நிகழ்ச்சிகளில் கலந்து கொள்வான். சாராவைப் போலவே பல உணவு வகைகளைத் தயாரிப்பதில் வல்லவன். சாராவிடம் தனித்து பேசிக் கொண்டிருக்கும போது மீனாவைப் பற்றி விசாரித்துக் கொண்டிருந்தான். சாரா பல வருடங்களுக்கு முன்பு மதுரைக்குச் சென்றிருந்ததைப் பற்றியும் மீனாவை தத்தெடுக்க முயன்றதைப் பற்றியும் சொல்லி, பின் அது தவறான காரணத்தினால் கைகூடாமல் போனதையும் விரிவாகச் சொல்லி முடித்தாள்.கல்லூரியில் படிக்கும் சாராவின் மகன் மீனாவிடன் அன்புடனும் மரியாதையுடனும் பழகியது வியப்பில்லை. தற்போது நல்ல நிலையிலிருக்கும் மீனா மருத்துவத்துறையில் மேல்படிப்புக்கு ஃபிரான்ஸ் வந்திருப்பதையும் இருவரிடமும் சொன்னாள். இன்னும் இரண்டு வருடங்களில் படிப்பு முடிந்ததும் இந்தியா போய் விடுவாள் என்று ஒரு சிறிய ஏக்கத்துடன் சொன்னாள். சட்டென்று தோன்றிய ஒரு யோசனையில் மீனா-கெவின் ஜோடிப் பொருத்தத்தை மனதில் கற்பனை செய்து பார்த்து ஆனந்தப்பட்டாள். அடுத்தமுறை டாக்டர் சுந்தரத்தைப்

பார்த்து நேரில் பேசும்போது இந்த விஷயத்தை எடுத்துச்சொல்ல வேண்டும் என்று தீர்மானித்தாள். கெவின் இஞ்சினியரிங் மேல்நிலைப்பட்டதாரி. பாரிஸ் ஏர்ப்போர்ட்டில் நிலைய அதிகாரிகளில் ஒருவன். தொழில்முறையில் படிப்படியாக முன்னேற நிறைய வாய்ப்புகள் இருந்தன. அவனுடைய நற்குணங்களைப் பற்றி நன்கு அறிந்தவள். மார்ட்டினிடம் இதைப்பற்றி பேசியபோது அவன் "அதற்கு இப்போது என்ன அவசரம், இன்னும் இரண்டு வருடங்களில் அவள் படிப்பை முடித்ததும் கலந்தாலோசித்து முடிவெடுக்கலாம்" என்று அந்த பேச்சுக்கு தற்காலிகமாக முற்றுப்புள்ளி வைத்தான்.

மதுரைக்கு திரும்பி வந்தது முதல் காமாட்சிக்கு மகிழ்ச்சியில் தலைகால் புரியவில்லை. தன் மகள் மேற்படிப்புக்கு வெளிநாடு செல்லவிருப்பதையும் டாக்டர் பட்டப்படிப்பில் தங்கப்பதக்கம் வாங்கியதையும் தன் தோழிகளிடமும், உறவினர்களிடமும் சொல்லிச்சொல்லி நாட்களைக் கடத்திக்கொண்டிருந்தாள். நீலகண்டன் சில நேரங்களில் அவளை அடக்க வேண்டியதாகப் போய்விட்டது. காமாட்சியின் மாமன் மகன் சரவணன் பட்டப்படிப்பு முடிந்ததும் கோலாலம்பூர் சென்றவன் தான். சென்ற ஐந்து வருடங்களில் ஒரே ஒரு முறை தான் மதுரை வந்தான். அதுவும் ஒருமாத விடுமுறையில். கோலாலம்பூர் மெட்ரோ ரயில் நிலையத்தில் தற்போது மேலதிகாரியாக பணிபுரிந்து கொண்டிருந்தான். அவளது மாமா சில நாட்களுக்கு முன் அவனுக்கு தகுந்த வரன் பார்த்துக் கொண்டிருப்பதாகவும், நல்ல பெண் அமைந்தால்

விரைவில் திருமணத்தை முடித்து விடலாமென்றும் சொல்லிக் கொண்டிருந்தார்.

திடீரென்று காமாட்சிக்கு அவனை ஏன் தன் மகள் மீனாவுக்கு திருமணம் செய்து வைக்கக்கூடாது என்ற எண்ணம் தோன்றியது. அதை நீலகண்டனிடம் சொல்லும் போது அவன் சிரித்துக் கொண்டே 'உன் யோசனை நன்றாகத்தான் இருக்கிறது, நீ இன்னும் மீனா நம் பொறுப்பிலிருக்கும் பெண் என்றே நினைத்துக் கொண்டி-ருக்கிறாய். அவளை சட்டப்படி தத்துக் கொடுத்து பல வருடங்களுக்கு மேலாகிறது. அவள் தற்போது வாழும் நிலை, கலாச்சாரம், பழக்கவழக்கம், சமூக அந்தஸ்து என்று எல்லாமே மாறிவிட்டது உனக்குத் தெரியாதா? இப்போது அவள் நம் பழைய மீனா இல்லை, பல கோடி ரூபாய்க்குச் சொந்தக்காரி. சுமித்ராஅம்மா தன் சொத்து முழுவதையும் அவள் பெயருக்கு எழுதி வைத்து வங்கிக் கணக்கில் போட்டு விட்டதை மறந்து விட்டாயா? பத்மாவதி கார்டியனாக இருந்தாலும் மீனாவின் பதினெட்டாம் வயதில் அவளுக்கு எல்லா உரிமைகள் வந்து விட்டதையும் அவர்கள் சொன்னார்களே, நினைவில்லையா?' என்றான். காமாட்சி வாயடைத்து நின்றாள். இருந்தாலும் அதைப்பற்றி நாம் டாக்டர் சுந்தரத்திடம் பேசுவதில் தவறு ஏதுமில்லையே, சரவணனும் அப்படி ஒன்றும் படிப்பிலும், செல்வத்திலும், சமூக அந்தஸ்திலும் குறைந்தவனில்லையே, என்று சொன்னபோது நீலகண்டனுக்கும் அது சரியாகவே பட்டது. சமயம் கிடைக்கும் போது நாம் அவரிடம் இதைப்பற்றி பேசி அவரது அபிப்ராயத்தையும் கேட்பது தான் சரியாகப்படும்

என்று சொல்லி அப்போதைக்கு அந்த விஷயத்தை சற்று தள்ளிப்போட்டுவிட்டு தன் வேலைகளைத் தொடர்ந்தான். காமாட்சி மட்டும் தினமும் ஒருமுறையாவது இதைப்பற்றி நினைக்காமல் இருந்ததில்லை. அவள் மாமாவும் அடிக்கடி அங்கு வந்து போய்க் கொண்டிருந்ததால், மனக்கோட்டை வலுவடைந்து கொண்டு வந்தது.

மங்கயற்கரசி.

இனியும் மறைத்துப் பயனில்லை என்று சுமித்ரா ஒருநாள் தனக்கு பழைய நினைவுகள் திரும்ப வந்ததைப்பற்றி இருவரிடமும் சொல்லிவிட்டாள். அதைக்கேட்டு அவர்கள் அதிகம் அதிர்ச்சி அடையவில்லை. எல்லாம் நன்மைக்கே என்று நினைத்தார்கள். டாக்டர் சுந்தரம் இனிமேலும் குற்ற உணர்வு இன்றி வாழ்க்கையை தொடரலாம் என்று நிம்மதி அடைந்தார்.

பூனாவில் சுமித்ராவும், பத்மாவதியும் ஒருநாள் வணிக வளாகத்தில் நடந்து கொண்டிருக்கும் போது முன்னாள் பிரபல தெலுங்கு நடிகர் சுரேஷ்பாபுவும் அவர் மகன் ரமேஷ்பாபுவும் எதிரே வந்து கொண்டிருந்தனர். சுரேஷ்பாபுவுக்கு சட்டென்று சுமித்ராவை அடையாளம் கண்டு கொள்ள முடிந்தது. எப்படி மறக்க முடியும்? எத்தனை விளம்பரப் படங்களில் ஜோடியாக நடித்திருக்கிறார்கள், அவளின் முதல் கணவன் மதனகோபால் தொல்லை கொடுத்து போலீஸ் ஸ்டேஷன் வரை சென்று ஒருவாறு அவள் நிம்மதியாக வாழ்க்கையைத் தொடங்கி-யிருந்த காலகட்டம், முப்பது வருடங்கள் ஓடி விட்டன. இருந்தாலும் சுமித்ராவின் அழகு கூடிக்கொண்டு தான்

போயிருப்பதாகப்பட்டது சுரேஷ் பாபுவுக்கு. வயதின் முதிர்ச்சி மெதுவாக நடப்பதிலும், நிதானமாகப் பேசுவதிலும் மட்டும் தெரிந்தது. 'எப்படி இருக்கிறீர்கள் சுரேஷ்சார். பார்த்து 25 வருடங்களுக்கு மேலே ஆகியிருக்கும் போலிருக்கிறதே! உங்கள் மகன் ரமேஷ்பாபுவும் உங்களைப் போலவே நன்றாக வளர்ந்துவரும் நடிகராக இருப்பது குறித்து மிகவும் சந்தோஷம், தெலுங்கு படத்துறையில் உள்ள முன்னணி நடிகர்களில் அவரும் ஒருவராக இருப்பதைப் பார்க்கும் போது மிகவும் பெருமையாக இருக்கிறது' என்றாள். நானும் என் மனைவியும் நலம் சுமித்ரா, ரமேஷ்பாபுவைப் பற்றி சொல்லவே வேண்டாம், நீயே நன்றாகத் தெரிந்து வைத்துக் கொண்டிருக்கிறாய் போல என்று சிரித்துக் கொண்டே சொன்னவர், மேலும் தொடர்ந்து நாங்கள் இருவரும் ஷீரடிக்குப் போய்வர வேண்டுமென்று என் மனைவியின் நீண்ட நாள் பிரார்த்தனை. இப்போதுதான் நிறைவேற்ற முடிந்தது. ஐதராபாத் ஜன நெருக்கடியிலிருந்தும், ரசிகர்கள் மற்றும் பத்திரிக்கையாளர்களிடமிருந்து சற்று விலகி ஒரு இரண்டு நாட்களாவது பூனாவில் தங்கிவிட்டுக் போகலாமே என்று நேற்று தான் வந்தோம் என்றார். 'நமஸ்தே ஆண்ட்டி' எப்படி இருக்கிறீர்கள், நடுவில் உடல்நிலை சரியில்லையென்று அப்பா சொல்லியிருக்கிறார். அப்பா அடிக்கடி உங்களைப் பற்றி பேசுவதுண்டு. விளையாட்டாக அம்மாவிடம் கூட சில சமயங்களில் உங்களை மிகவும் நேசித்ததாகவும், நீங்கள் நாசூக்காக மறுத்ததையும கூட சொல்லி விட்டார்' என்று விகல்பமில்லாமல் முதல் சந்திப்பிலேயே பேசி

விட்டான். கலகலவென்று எல்லாரிடமும் பழகும் சுபாவம், ஆறடிக்கு மேல் உயரம், தெலுங்கு நடிகர்களுக்கே உரிய சிவந்த உடல் நிறம், மீசை இல்லாமல் படங்களில் பார்ப்பதை விட நேரில் இளமையாகத் தெரிந்தான். சுமித்ரா மரியாதை நிமித்தம் அவர்களை தன் வீட்டிற்கு அழைத்தாள். “என் கணவர் டாக்டர் சுந்தரம் மிகவும் மகிழ்ச்சியடைவார், பத்மாவதியைத் தான் உங்களுக்கு நன்றாகத் தெரியுமே! எங்கள் வாழ்க்கையில் இன்னொரு நபரும் சேர்ந்து விட்டாள்'' என்று பொடி வைத்துப் பேசினாள். சற்றே குழப்பமடைந்த சுரேஷ் பாபு புருவங்கள் சுருங்கி இன்னொரு நபரா, அது யார் என்று சஸ்பென்ஸ் தாங்காமல் கேட்டு விட்டார். பத்மாவதி சட்டென்று பதிலளித்தாள். ‘வியப்படைய வேண்டாம், சுமித்ரா அம்மாவும் டாக்டர் சுந்தரமும் மீனா என்ற பெண்ணை பல வருடங்களுக்கு முன்பு தத்தெடுத்திருக்கிறார்கள், அதைத்தான் சொல்கிறார். இப்போது மீனா ஃபிரான்ஸ்ஸில் மருத்துவக்கலையில் மேல்படிப்பு படித்துக்கொண்டிருக்கிறாள்'' என்று சொல்லி முடித்தாள். இன்னொரு முறை வரும் போது பார்க்கலாம் சுமித்ரா, அடுத்த தடவை கண்டிப்பாக உங்கள் வீட்டிற்கு வந்து டாக்டர் சுந்தரத்தையும் மகள் மீனாவையும் பார்க்க வருகிறோம் என்று சொல்லிவிட்டு தங்களின் பிரத்தியேக செல்ஃபோன் நம்பர்களையும் கொடுத்துவிட்டு விடை பெற்றுக் கொண்டார்கள். வீடு திரும்பும் போது சுமித்ராவுக்கு நினைவெல்லாம் ரமேஷ்பாபுவின் மீதாகவே இருந்தது. இத்தனை வருடங்கள் ஒன்றாக இருக்கும்

பத்மாவதிக்கா அவள் என்ன நினைக்கிறாள் என்று தெரியாது? அவளாகவே 'என்னம்மா நினைவலைகள் எங்கு ஓடுகின்றன ரமேஷ்பாபு நம் மீனாவுக்கு ஏற்ற ஜோடியாகத்தான் இருப்பான், கவலை வேண்டாம்' என்றாள். நான் நினைப்பதை எப்படி அவ்வளவு துல்லியமாகச் சொல்கிறாய் பத்மா? இது நடக்க வாய்ப்பு இருக்கிறதா? டாக்டர் சுந்தரம் என்ன நினைப்பார், சினிமா சம்மந்தப்பட்டவர்களின் குடும்பத்தில் தன் பெண்ணை மணமுடித்துக் கொடுக்க ஒப்புக்கொள்வாரா என்ற தன் நியாயமான சந்தேகத்தைக் கேட்டாள். ஏன் ஒரு வகையில் உங்களை திருமணம் செய்து கொண்டதிலும், உங்களுடன் அன்பான வாழ்க்கை நடத்துவதிலும் அவரது குணம் தெரியவில்லையா? சினிமாத்தொழிலில் இருப்பவர்கள் அனைவரையும் தவறான கண்ணோட்டத்தில் பார்ப்பவரல்ல நம் டாக்டர். ஒவ்வொருவரையும் பார்த்த சில நிமிடங்களிலேயே சரியாக எடை போடுவதில் அவர் வல்லவர், நீங்கள் கவலைப்படவே வேண்டாம். நீங்கள் தாராளமாக தகுந்த சமயத்தில் அவரிடம் இதைப்பற்றி பேசலாம் என்று அவளை உற்சாகப்படுத்தினாள். அன்று மாலை டாக்டர் சுந்தரம் சற்று ஓய்வாக உட்கார்ந்திருக்கும்போது சுமித்ரா அவர் அருகில் வந்து உட்கார்ந்து கொண்டு ஒரு சிறு புன்னகையைப் பூத்தாள். என்ன சுமி, ஏதாவது விஷயம் சொல்ல வேண்டுமா? பீடிகையெல்லாம் வேண்டாம், உன்னைப்பற்றி தெரியாதா எனக்கு? நீ எதைக் கேட்டு நான் மறுத்திருக்கிறேன்? என்று சொல்லி விட்டு

அவளுடன் இன்னும் நெருங்கி இடைவெளியைக் குறைத்தார். அதற்காகவே காத்துக் கொண்டிருந்தவள் போல சுமித்ரா அவரது தோளில் சாய்ந்து கொண்டு அவரது சட்டையிலிருந்து லேசாக வந்து கொண்டிருந்த செண்ட்டின் மணத்தை அனுபவித்துக் கொண்டே மெல்லிய குரலில் பேச்சைத் துவங்கினாள். இன்று காலையில் வணிக வளாகத்தில் நானும் பத்மாவும் சில பொருட்கள் வாங்கிக்கொண்டிருக்கும் போது நடிகர் சுரேஷ்பாபுவையும் அவர் மகன் ரமேஷ்பாபுவையும் எதேச்சையாகப் பார்த்தோம். வீட்டிற்கும் வரும்படி அழைத்தோம், தற்போது மிகவும் பிஸியாக இருப்பதால் அடுத்தமுறை வருகிறேன் என்று சொன்னார். நடிகர் ரமேஷ்பாபு நேரில் பார்க்க படங்களில் பார்ப்பதை விட இன்னும் அழகாகவும், லட்சணமாகவும் தெரிகிறான் என்றாள். 'நீ எங்கு வருகிறாய் என்று புரிகிறது சுமி, எனக்கு எந்த ஆட்சேபனையும் இல்லை, முதலில் மீனா ஒப்புக்கொள்ள வேண்டும். ரமேஷ்பாபுவுக்கு மீனாவைப் பிடிக்க வேண்டும். திருமணம் என்பது நம் காலங்களைப் போல் அல்ல, இந்த சந்ததியினர் பெற்றோர்களிடம் மதிப்பு வைத்திருக்கிறார்கள், ஆனால் முடிவெடுக்கும் உரிமையை கொடுப்பதில்லை' என்றார். டாக்டர் சுந்தரத்தைப் பற்றி தெரிந்திருந்தாலும், இவர் இவ்வளவு பெரிய அறிவாளியா என வியந்த சுமித்ரா, அவர் மறுக்காதது ஒரு ஆறுதலாகவே இருந்தது. எப்படியிருந்தாலும் மீனா படிப்பு முடிந்து இந்தியா வருவதற்கு குறைந்தது இரண்டு வருடங்களாவது ஆகும். அதுவரை ரமேஷ்பாபுவும்

காதல்வயப்படாமலும், திருமணம் செய்து கொள்ளாமலும் இருக்க வேண்டும் என்று நினைத்துக்கொண்டாள்.

காலம் யாருக்கும் காத்திருக்கவில்லை. அது தன் சக்கரத்தை ஒரே சீராக சுற்றிக்கொண்டிருந்தது. இரண்டு வருடங்கள் ஓடியதே தெரியவில்லை. மீனா இப்போது மருத்துவத்துறையில் மேல்நிலைப்பட்டதாரி. விளையாட்டு போல இருபத்தைந்து வயதாகிவிட்டது. திரும்பி இந்தியா போக வேண்டும் என்று மீனாவும், போகாமல் இங்கேயே தங்கி வாழ்வின் அடுத்த கட்டமான வேலையில் சேர்தல், பின் திருமணம் என்று ஒவ்வொன்றாக நடந்தால் எவ்வளவு நன்றாக இருக்கும் என்று சாராவும் நினைத்துக் கொண்டிருந்தனர். டாக்டர் சுந்தரம் சென்ற முறை டெலிபோனில் பேசிய போது வேலைக்குப் போவதைப் பற்றியோ, மேலே என்ன செய்ய வேண்டுமென்பதைப் பற்றியோ பாரிஸிலிருந்தே முடிவெடுக்க வேண்டாம், இந்தியா வந்த பிறகு சுமித்ராவுடன் கலந்தாலோசித்து எது நல்லது என்பதை யோசித்து முடிவெடுக்கலாம் என்ற அறிவுரை சொல்லியிருந்தார். மார்ட்டினால் அவர் பேச்சைத் தட்ட முடியவில்லை. மீனா தங்களுடன் அங்கேயே இருந்து விட்டால் நல்லது என்று உள்மனம் சொன்னாலும், அது நீலகண்டனுக்கும் டாக்டர் சுந்தரத்துக்கும் உடன்பாடாக இருக்காது என்பதையும் தெரிந்து கொண்டான்.

சுமித்ரா தன் நினைவலைகளில் மிதந்து கொண்டு மீனா இந்தியா வந்தவுடன் ரமேஷ்பாபுவைப் பற்றி பேச வேண்டும் என்று எண்ணிக் கொண்டிருக்கும்போது, மதுரையில் காமாட்சி மீனாவை இந்தியா வந்தவுடன்

பார்த்துப் பேசும்போது சரவணனைப் பற்றி சொல்லி மேற்கொண்டு ஆக வேண்டியவைகளை கவனிக்க வேண்டுமென்று கனவு கண்டு கொண்டிருந்தாள். பாரிஸில் சாரா, மீனா இந்தியா போவதற்கு முன் கெவினைப் பற்றிய தன் நிலைப்பாட்டை எடுத்துச் சொல்லி எப்படியாவது அவளை சம்மதிக்க வைக்க வேண்டுமென்று நினைத்துக் கொண்டிருந்தாள். ஆனால் எல்லாம் விதியின்படித்தானே நடக்கும்? சுந்தரம் டெலிபோனில் மார்ட்டினை அழைத்து மீனாவின் சர்ட்டிபிகேட் வந்ததும், நீங்கள் மூவரும் பூனாவுக்கு வர வேண்டும். கிளம்பும் நாளை முன்னதாக தெரிவித்துவிடுங்கள், நான் நீலகண்டனுடன் பேசி அந்த சமயத்தில் அவர்கள் இருவரையும் மதுரையிலிருந்து வரும்படி சொல்லி விடுகிறேன் என்றார்.

இரண்டு வருடங்களுக்கு முன் நிகழ்ந்த நிகழ்வுகள் துளியும் மாறாமல் மறு ஒளிபரப்பு போல் அனைவரும் பூனாவுக்கு வந்ததும், டாக்டர் சுந்தரத்தின் வீட்டிற்குச் சென்றார்கள். அனைவரும் உணவருந்தி சற்று ஓய்வெடுத்துக் கொண்ட பிறகு மாலையில் ஒரு வணிக வளாகத்துக்குச் சென்று சற்று நேரம் பொழுதைக் கழிக்கலாம் என்று மீனா சொன்ன யோசனை அனைவருக்கும் சரியாகப்பட்டது. இடையில் மீனா தன்னுடன்பூனா மருத்துவக்கல்லூரியில் படித்த சிலருடன் பேசி, தான் வந்திருப்பதை தெரிவித்து அனைவரையும் நலம் விசாரித்தாள். அந்த உயர்தர ஹோட்டலில் இவர்கள் ஏற்கனவே ஏற்பாடு செய்திருந்தபடி உணவருந்த மேஜையும் நாற்காலிகளும் போடப்பட்டிருந்தன. மெல்லிய

ஒலியில் ஹிந்துஸ்தானி சங்கீதம் காற்றில் பரவிக் கொண்டிருந்தது. அனைவரும் வந்து தத்தம் இருக்கை-களில் அமர்ந்த பின்னும் ஓரிரண்டு இருக்கைகள் காலியாக விடப்பட்டிருந்தது. அனைவரும் அமர்ந்த பின் டாக்டர் முதலில் குடிப்பதற்கு பழரசம் தருவிக்கலாமா என்று பொதுவாக அனைவரிடமும் கேட்டார். பக்கத்தில் உட்கார்ந்திருந்த மீனா மெதுவாக அவர் காதுகளில் மட்டும் கேட்கும்படி சற்று நேரம் கழித்து சொல்லலாம் அப்பா, நான் ஒரு முக்கியமானவரையும் அழைத்-திருக்கிறேன், அவர் வரும் வரை சற்று நேரம் காத்திருக்-கலாம் என்றாள். சற்றே குழம்பிய சுந்தரம் 'யார் அந்த முக்கியகர்த்தா மீனா, எல்லோரும் வந்து விட்டது போல தோன்றுகிறதே' என்று ஆச்சர்யத்துடன் கேட்கும் போது மீனா, உங்கள் அனைவருக்கும் ஒரு சர்பிரைஸ் கொடுக்கலாமென்று நினைத்துக் கொண்டிருந்தேன் அப்பா, இன்னும் இரண்டொரு நிமிடங்களில் அவரே வந்துவிடுவார், கொஞ்சம் பொறுமையுடன் இருங்கள் என்று சொல்லிக் கொண்டிருக்கும் போதே... டாக்டர் அஜித் உள்ளே நுழைந்தான். அஜித்தை டாக்டர் சுந்தரம் மருத்துவக்கல்லூரியில் பலமுறை பார்த்திருக்கிறார். மீனா மூன்றாமாண்டு படிக்கும் போது கல்லூரிப்படிப்பை முடித்து வீட்டு ஓராண்டு காலம் பயற்சி பெற்று மேல்படிப்புக்கு சென்னைக்கு சென்றவன். அதுவரைதான் அவனைப்பற்றி சுந்தரத்துக்குத் தெரியும். தற்போது சென்னையில் அப்போலோ மருத்துவமனையில் இதய சிகிச்சை பிரிவில் பணிபுரியும் டாக்டர் என்பது இப்போது தெரியவந்தது.

மீனா அவனை வரவேற்று, அனைவருக்கும் பொதுவாக அவனை அறிமுகப்படுத்த யத்தனித்தாள். மூன்று அம்மாக்களின் முகங்களிலும் அதிர்ச்சி, ஆனால் வெளிக்காட்டிக் கொள்ளவில்லை. 'டாக்டர் அஜித்தை உங்கள் அனைவருக்கும் அறிமுகப்படுத்துவதில் பெருமைப்படுகிறேன். டாக்டர் அஜித்துடன் எனக்கு சுமார் நான்கு ஆண்டுகளாகப் பழக்கம். அவர் கல்லூரியை விட்டு மேல் படிப்புக்குச் செல்லும் போது நான் அவரை எனக்காக இன்னும் நான்கு ஆண்டுகள் காத்திருக்க முடியுமா என்று கேட்கும் போது நான்கு வருடங்கள் என்ன மீனா, நான்கு ஜென்மங்கள் காத்திருக்கத் தயார் என்று சொல்லி விட்டு பிரிந்தவர், அதே ஆர்வத்துடன் இன்று நான் அழைத்திருந்தபடி இங்கு வந்திருக்கிறார்' என்றாள். 'சினிமா காதல் போல இல்லாமல், நாங்கள் இருவருமே ஒருவரையொருவர் மனதார நேசிக்கிறோம்'. எங்கள் அன்பு எவ்வளவு புனிதமானதென்பதை இந்த நான்கு வருட காத்திருப்பும், எதிர்பார்ப்பும் உங்கள் அனைவருக்கும் புரிந்திருக்குமென்று நினைக்கிறோம். உங்கள் அனைவரின் அன்பும் ஆசீர்வாதமும் தொடர்ந்து எங்கள் இருவருக்கும் கிடைக்க வேண்டுகிறோம் என்று சொல்லிமுடித்தாள்.

சுமித்ராதான் முதலில் சுதாரித்துக் கொண்டு மெதுவாக எழுந்து வந்து இருவரையும் அணைத்துக்கொண்டு அன்பாக இரண்டொரு வார்த்தைகள் பேசினாள். நீங்கள் இருவரும் நோய்நொடி இல்லாமல் நீண்ட நாட்கள் வாழ எங்கள் மனமார்ந்த வாழ்த்துகள் என்று சொல்லிவிட்டு டாக்டர் சுந்தரத்தை கண் ஜாடை காட்டி தன்னருகில் வரும்படி

அழைத்தாள். வாழ்த்து தெரிவிக்க சுந்தரமும் சேர்ந்து கொண்டார். அதைப்பார்த்துக் கொண்டிருந்த மார்ட்டின் சாரா தம்பதி தங்கள் இருக்கைகளிலிருந்து எழுந்து கொண்டு அங்கிருந்தே தங்கள் வாழ்த்துக்களை தெரி-வித்தனர். ஆனால் பாவம் காமாட்சி தான் சற்று கூடுதலாக ஆடிப் போய்விட்டாள். நீலகண்டன் யாருக்கம் தெரியாமல் மேஜைக்கடியில் அவள் கையை இறுகப் பற்றிக்கொண்டு ஆறுதல் சொல்லும் வகையில் அவள் கண்களைப் பார்த்து தாங்களும் எழுந்து அவர்களுக்கு வாழ்த்து தெரிவிக்க வேண்டுமென்பதை தெரியப்படுத்தினான்.

சற்று தயங்கிய காமாட்சி ஒரு உத்வேகத்துடன் எழுந்து சில நொடிகளில் சுதாரித்துக்கொண்டு மீனாவை நோக்கி 'எனக்கு மற்றவர்களைப் போல கோர்வையாக பேசத் தெரியாது மீனா', நாங்கள் நினைத்துக் கொண்டிருந்தது வேறாக இருந்தாலும் உன் முடிவு மிகவும் சரியானது என்றே இப்போது தெரிகிறது. நாங்கள் ஒவ்வொருவரும் எங்கள் நிலைமையிலிருந்து உன் பிற்கால வாழ்க்கையைப் பற்றி யோசித்தோமே தவிர, உனக்கு எது தேவை என்பதை உன்னை விட யாருக்கும் கூடுதலாகத் தெரியாது என்பது இப்போது நன்றாகத் தெரிகிறது. நீ மதுரையில் ஒரு சாதாரண குடும்பத்தில் பிறந்திருந்தாலும், சுமித்ரா அம்மா மற்றும் சாரா மேடம் போன்றோர்களின் மேற்பார்வையில் வளர்ந்து ஒரு நல்ல டாக்டராக எங்கள் முன் நிற்பது எவ்வளவு பெருமையாக இருக்கிறது தெரியுமா என்று சொல்லிக் கொண்டிருக்கும் போது துக்கம் தொண்டையை அடைத்து வார்த்தைகள் மேலும்

வெளிவர மறுத்தன. புரிந்து கொண்ட நீலகண்டன் அவள் விட்ட இடத்திலிருந்து தொடர முற்பட்டான். 'டாக்டர் அஜித் சார், உங்களை நாங்கள் அனைவரும் இப்போது தான் முதன்முதலாகப் பார்க்கிறோம். ஏனோ தெரியவில்லை, எங்கள் மகளை கண்டிப்பாக கடைசி வரை கண்கலங்காமல் பார்த்துக் கொள்வீர்கள் என்ற நம்பிக்கை மனதில் ஆணித்தரமாக பதிந்து விட்டது, மேலே சொல்ல என்ன இருக்கிறது' என்று சொல்லிவிட்டு காமாட்சியை உட்கார வைத்தான். மூன்று தேவதைகளும் நினைத்தது வேறு, ஆனால் ஒவ்வொருவரும் தாயாக நின்று மீனாவின் முடிவை மனமாற ஏற்றுக்கொண்டது ஆச்சர்யமும் இல்லை, தத்தம் கணவன்மார்களிடம் மட்டுமே பகிர்ந்து கொண்ட ஆசையை வெளியே சொல்ல வேண்டாம் என்று மட்டும் தனித்தனியே வேண்டிக் கொண்டனர். மீனாவுக்குத் தெரிந்தால் மிகவும் வருத்தப்படுவாள். தன் தாய்மார்கள் மனங்களை நோகடித்து விட்டோமே என்று சங்கடப்-படுவாள் என்ற எண்ணத்தில். அவர்கள் இவ்வாறு பேசிக்-கொண்டதை பின்னர் டாக்டர் சுந்தரம் மார்ட்டினிடமும் நீலகண்டனிடமும் விவரமாக நெகிழ்ச்சியுடன் சொல்லத் தவறவில்லை.

சென்னை ராகவேந்திரா திருமண மண்டபத்தில் நடந்த திருமணத்துக்கு ஏராளமான விருந்தினர்கள் வந்திருந்தனர். மீனாவும் அப்போலோ மருத்துவமனை-யிலேயே சேர்ந்துவிட்டதால் அப்போலோவில் பணிபுரியும் பல டாக்டர்களும், நர்சுகளும் திருமணத்திற்கு ஒரு-வேளையாவது வந்து வாழ்த்து சொல்லாமல் போகவில்லை.

மீனாவின் ஒரே கவலை திருமணத்தின் போது யார்மடியில் அமர்ந்து மாங்கல்யம் கட்டிக்கொள்வது என்பது மட்டுமே! அனைவரையும் விட வயதில் மூத்தவரான டாக்டர் சுந்தரத்துக்கே அந்த பாக்கியம் கிடைத்தது. சுமித்ராவின் மகிழ்ச்சிக்கு அளவேயில்லை.அடுத்தவருடம் மகப்பேறை எங்கு வைத்துக் கொள்வதென்பதற்கு அவர்கள் போட்டி போடவில்லை. மூன்று தாய்மார்களும் தங்கள் கணவன்-மார்களை அவர்கள் ஊர்களிலேயே இருக்கும்படி சொல்லிவிட்டு சென்னைக்கு விரைந்தனர். பிரசவ அறையில் மூன்று பேர்களெல்லாம் நுழையக்கூடாதென்று சொன்னதும் மூவரையும் தடுத்து நிறுத்திவிட்டு உள்ளே நுழைந்தாள் பத்மாவதி! பிறந்த பெண் குழந்தைக்கு பெயர் வைப்பதில் ஏற்பட்ட குழப்பத்தை தீர்த்தவளும் பத்மாவதியே. அவள் தேர்ந்தெடுத்த பெயர் 'மங்கயற்கரசி'- ஆம், மீனாட்சியின் வேறு பெயரல்லவா அது! இப்போது மதுரைமீனாட்சிக்கு பூரண திருப்தி!

www.ingramcontent.com/pod-product-compliance
Lightning Source LLC
LaVergne TN
LVHW060620051026
849519LV00002B/693
* 9 7 8 9 3 5 8 9 8 3 0 7 4 *